അച്യുതമേനോൻ
വ്യക്തിയും രാഷ്ട്രീയവും

achuthamenon vyakthiyum rashtreeyavum

•

ems namboothirippadu

•

first edition
march 1992

•

second edition
october 2014

•

typesetting
megha

•

published
chintha publishers, thiruvananthapuram

•

printed
repro india ltd, mumbai

•

cover
vinod

•

വിതരണം

ദേശാഭിമാനി ബുക്ക് ഹൗസ്

H O തിരുവനന്തപുരം–695 035
phone: 0471-2303026, 6063026
www.chinthapublishers.com
chinthapublishers@gmail.com

ബ്രാഞ്ചുകൾ

ഹെഡ്ഡാഫീസ് ബ്രാഞ്ച് കുന്നുകുഴി • സ്റ്റാച്യു തിരുവനന്തപുരം • കെ എസ് ആർ ടി സി ബസ് സ്റ്റേഷൻ ആലപ്പുഴ • കെ എസ് ആർ ടി സി ബസ് സ്റ്റേഷൻ എറണാകുളം • ചിറ്റൂർ റോഡ് എറണാകുളം • മച്ചിങ്ങൽ ലെയ്ൻ തൃശൂർ • ഐ ജി റോഡ് കോഴിക്കോട് • മാവൂർ റോഡ് കോഴിക്കോട് • എൻ ജി ഒ യൂണിയൻ ബിൽഡിങ് കണ്ണൂർ • സെൻട്രൽ ബസ് ടെർമിനൽ കോംപ്ലക്സ് താവക്കര കണ്ണൂർ

CR - 1332 / 3354

അച്യുതമേനോൻ
വ്യക്തിയും രാഷ്ട്രീയവും

ഇ എം എസ് നമ്പൂതിരിപ്പാട്

ചിന്ത പബ്ലിഷേഴ്സ്
തിരുവനന്തപുരം-695 035

ഇ എം എസ് നമ്പൂതിരിപ്പാട്

(1909 - 1998)

ഉള്ളടക്കം

പ്രസാധകക്കുറിപ്പ്

സ. ഇ എം എസ് എഴുതിയ അച്യുതമേനോൻ: വ്യക്തിയും രാഷ്ട്രീ യവും എന്ന ലഘു ഗ്രന്ഥത്തിന്റെ പുതിയ പതിപ്പിറക്കുന്നത് അച്യുത മേനോൻ ജന്മശതാബ്ദി ആഘോഷിക്കുന്ന കാലത്താണെന്നത് പ്രാധാ ന്യമർഹിക്കുന്നു.

രണ്ടു വ്യക്തികൾ തമ്മിലുള്ള താർക്കിക പ്രശ്നമായല്ല രണ്ടു സമീ പനങ്ങൾ തമ്മിലുള്ള ഏറ്റുമുട്ടലായാണ് ഏതൊരു സംവാദത്തെയും ഇ എം എസ് കണ്ടത്. വിരുദ്ധചിന്താഗതികൾക്ക് എതിരായ സമരങ്ങളി ലൂടെയാണ് മാർക്സും എംഗൽസും ലെനിനും വളർന്നുവന്നത് എന്ന വസ്തുതയും ഇ എം എസ് എടുത്തുകാട്ടുന്നു.

ഒരു കാലഘട്ടത്തിൽ ഇന്ത്യൻ കമ്യൂണിസ്റ്റുപ്രസ്ഥാനത്തിനകത്ത് രൂപപ്പെട്ട വ്യത്യസ്ത ചിന്താധാരകൾ തമ്മിലുള്ള ഏറ്റുമുട്ടൽ ഭിന്നിപ്പി ലേക്കും പുതിയ പാർട്ടിയുടെ രൂപീകരണത്തിലേക്കും എങ്ങനെ എത്തി എന്നു മനസിലാക്കാൻ ഈ ചെറിയ പുസ്തകം സഹായിക്കും.

വിമർശനങ്ങൾ ഒരു വ്യക്തിയുടെയും പ്രഭാവത്തെ കെടുത്താനല്ല പ്രോജ്ജ്വലമാക്കാനാണ് സഹായിക്കുക. അടുത്ത സഹപ്രവർത്തകർ എന്ന നിലയിൽനിന്നും വ്യത്യസ്ത പാർട്ടികളുടെ നേതാക്കളായും പിന്നീട് ഇട തുപക്ഷ ഐക്യമെന്ന പൊതു വേദിയിൽ യോജിച്ചു പ്രവർത്തിക്കുകയും ചെയ്ത ഇ എം എസും അച്യുതമേനോനും കമ്യൂണിസ്റ്റ് പ്രസ്ഥാന ത്തിന്റെ പൊതു പൈതൃകമാണ്.

ഇരു നേതാക്കളുടെയും സ്മരണകളോടുള്ള ആദരവെന്ന നിലയിൽ ഞങ്ങൾ ഈ പുസ്തകത്തിന്റെ പുതിയ പതിപ്പിറക്കുന്നു.

ചിന്ത പബ്ലിഷേഴ്സ്

1

ഇ എം എസിന്റെ താർക്കിക സ്വഭാവം

അച്യുതമേനോന്റെ ഒന്നാം ചരമവാർഷികത്തിന് തൊട്ടുമുമ്പ് വന്ന ലക്കം *മാതൃഭൂമി* ആഴ്ചപ്പതിപ്പിൽ തെക്കുംഭാഗം മോഹൻ എന്ന ലേഖകന്റേതായി ഒരു ലേഖനപരമ്പര തുടങ്ങിയിട്ടുണ്ട്. അതിന്റെ തല ക്കെട്ട് *അച്യുതമേനോൻ മുഖംമൂടിയില്ലാതെ* എന്നാണ്. അതിനൊരു പൊതു മുഖവുര എന്ന നിലയ്ക്ക് പത്രാധിപർ ഇങ്ങനെയൊരു കുറിപ്പെഴു തിയിട്ടുണ്ട്:

> തുറന്നെഴുതുന്നത് പല വിഗ്രഹങ്ങളെയും തകർക്കും എന്ന് കരുതി ആത്മകഥ എഴുതാൻപോലും താൽപ്പര്യമെടുക്കാതിരുന്ന വ്യക്തിത്വമാണ് അച്യുതമേനോന്റേത്. എങ്കിലും, കഴിഞ്ഞ ചില ദശകങ്ങളിൽ നാടിന്റെ ചരിത്രത്തിന്റെ ഭാഗമായ പല സംഭവ ങ്ങളെയും വ്യക്തികളെയും കുറിച്ച് ചില സ്വകാര്യക്കത്തുകളിൽ അദ്ദേഹം കലവറ കൂടാതെ എഴുതി. ആ കത്തുകളെ ഉപോൽ ബലകമാക്കി അച്യുതമേനോൻ എന്ന വലിയ മനുഷ്യനെ മുഖ പടമില്ലാതെ അവതരിപ്പിക്കുന്ന ഒരു ലേഖനപരമ്പര.

ഈ പരമ്പരയിലെ മൂന്ന് ലേഖനങ്ങൾ ഈ വരികളെഴുതുമ്പോ ഴേക്ക് പുറത്തുവന്നിരിക്കുന്നു. അതിലെല്ലാം 'തകർക്കപ്പെടുന്ന വിഗ്രഹം' എന്റേതാണ്. വരാനിരിക്കുന്ന ലേഖനങ്ങളിൽ മറ്റ് വല്ല 'വിഗ്രഹ'ങ്ങളും 'തകരുമോ' എന്ന് നിശ്ചയമില്ല. എന്നെപ്പറ്റിത്തന്നെ ഈ മൂന്നു ലേഖനങ്ങ ളിൽ പറഞ്ഞവയ്ക്ക് പുറമേ മറ്റെന്തെല്ലാം സംഭവങ്ങൾ വരുമെന്നും അറിഞ്ഞുകൂടാ.

ഈ മൂന്നും പരിശോധിച്ചപ്പോൾത്തന്നെ ലേഖകൻ ഒട്ടേറെ അർധ

സത്യങ്ങളും അസത്യങ്ങളും പറഞ്ഞതായി എനിക്ക് ബോധ്യപ്പെട്ടു. അവ യെല്ലാം സംബന്ധിച്ച് സത്യാവസ്ഥ ഞാൻ ഇവിടെ നടത്തുന്ന കഥാകഥ നത്തിന്റെ അനന്തരഭാഗങ്ങളിൽനിന്നു വ്യക്തമാവും. അതിലേക്ക് കടക്കു ന്നതിനുമുമ്പ് ഒരു കാര്യം പറഞ്ഞുവെക്കേണ്ടിയിരിക്കുന്നു.

1930 കളുടെ രണ്ടാം പകുതിതൊട്ട് കാൽനൂറ്റാണ്ടിലേറെക്കാലം ഒരേ പാർട്ടിയിലെ സഹപ്രവർത്തകരും സഖാക്കളുമായിരുന്നു അച്യുതമേ നോനും ഞാനും. പിന്നീട് അതിലേറെക്കാലം വിരുദ്ധപാർട്ടികളിൽ നിന്നി രുന്ന ഞങ്ങൾക്കുതന്നെ ഒരേ പാർട്ടിയിൽ നിന്നകാലത്തിന്റെ അവസാന വർഷങ്ങൾ പാർട്ടിക്കകത്തെ ഇടതും വലതുമെന്ന രണ്ട് വിരുദ്ധവിഭാഗ ങ്ങളായി നിന്ന് പോരാടേണ്ടിവന്നിട്ടുണ്ട്. ആദ്യം ഒരേ പാർട്ടിക്കകത്തും പിന്നീട് രണ്ട് പാർട്ടികൾ തമ്മിലും നടന്ന ഈ സംഘട്ടനം ഞങ്ങൾ തമ്മി ലുള്ള വ്യക്തിബന്ധത്തിൽ കറയൊന്നും ചേർത്തില്ലെങ്കിലും, രാഷ്ട്രീയ ബന്ധം അങ്ങേയറ്റം വഷളാക്കി.

അതിന്റേതായ വികാരം എന്റെ പറച്ചിലിലും പ്രവൃത്തികളിലും പ്രതി ഫലിച്ചിട്ടുണ്ടാകാം. അദ്ദേഹത്തിന്റെ ഭാഗത്ത് അത് നടന്നിട്ടുണ്ടെന്ന് തെ ക്കുംഭാഗം മോഹനന് അച്യുതമേനോൻ എഴുതിയ പല കത്തുകളും വ്യക്തമാക്കുന്നു. അദ്ദേഹത്തിന്റെ നിരീക്ഷണങ്ങളിൽ 'തകർക്ക'പ്പെടുന്ന എന്റെ 'വിഗ്രഹ'ത്തെ തുറന്നുകാട്ടാനല്ലേ ലേഖകൻ ഈ പരമ്പര എഴുതി യിട്ടുള്ളതെന്നും പത്രാധിപർ അത് പ്രസിദ്ധീകരിച്ചിട്ടുള്ളതെന്നും ഞാൻ സംശയിക്കുന്നു.

ലേഖകനോ പത്രാധിപരോ എന്തെങ്കിലും തെറ്റുചെയ്തു എന്നല്ല എന്റെ വിവക്ഷ. അച്യുതമേനോനായാലും ഞാനായാലും പൊതുജന ദൃഷ്ടിയിൽ നിൽക്കുന്ന കാലത്തെ ചെയ്തികളിൽ കടന്നുകൂടിയിട്ടുള്ള എല്ലാ മാലിന്യങ്ങളും പുറത്തുകൊണ്ടുവരുന്നത് പത്രലേഖകരുടെയും പത്രാധിപന്മാരുടെയും ജോലിയാണ്. അങ്ങനെ വരുമ്പോൾ അച്യുത മേനോന്റെ രൂപത്തിൽ പ്രത്യക്ഷപ്പെട്ടിട്ടുള്ള 'വിഗ്രഹ'ത്തെ 'തകർക്കു' ന്നത് ഞാനടക്കം മറ്റുള്ളവരുടെയും ചുമതലയാണെന്ന് ലേഖകരും പത്രാ ധിപരും മനസിലാക്കുമെന്ന് ഞാൻ വിശ്വസിക്കുന്നു.

ഇവിടെ ഒരു കാര്യം വ്യക്തമാക്കട്ടെ: 62 വർഷക്കാലത്തെ പരിചയം മൂലം അച്യുതമേനോൻ എന്ന വ്യക്തിയെ സ്നേഹിക്കുകയും ബഹുമാനി ക്കുകയും ചെയ്യുന്ന ഒരാളാണ് ഞാൻ. ഒരേ പാർട്ടിയിൽ പ്രവർത്തിക്കുന്ന രണ്ട് സഖാക്കളെന്ന നിലയ്ക്ക് ഞങ്ങൾ അന്യോന്യം ബഹുമാനിക്കുകയും ആദരിക്കുകയും ചെയ്തിട്ടുണ്ട്. പക്ഷേ, 1955 തൊട്ട് ഒൻപത് വർഷക്കാലം ഒരേ പാർട്ടിയിലെ രണ്ട് വിഭാഗങ്ങളിൽ അംഗങ്ങളെന്നനിലയ്ക്കും പിന്നീട് കാൽനൂറ്റാണ്ടിലേറെക്കാലം രണ്ട് വിരുദ്ധപാർട്ടികളുടെ നേതാക്കളെന്ന നിലയ്ക്കും ഞങ്ങൾ പരസ്പരം പോരാടിയിട്ടുണ്ട്. ഈ പോരാട്ടത്തിന്റെ ഫലമായി രാഷ്ട്രീയവും സംഘടനാപരവുമായ വൈരാഗ്യം, ഞങ്ങൾ ഇരുവരുടെയും പാർട്ടികളിൽപ്പെട്ട മറ്റെല്ലാവരും തമ്മിൽ എന്നപോലെ,

ഞങ്ങൾ തമ്മിലും ഉണ്ടായിട്ടുണ്ട്. പക്ഷേ, അത് ഒരിക്കലും രാഷ്ട്രീയ നയങ്ങളുടെ പരിധിവിട്ട് വ്യക്തിവൈരാഗ്യത്തിൽ ചെന്ന് കലാശിച്ചിട്ടില്ല.

എന്നെപ്പറ്റി മേനോനുള്ള അഭിപ്രായം മോഹൻ ഇങ്ങനെ ഉദ്ധരിക്കുന്നു:

ഇ എം എസ് അക്കാലത്ത് (1969-ലും അതിനുശേഷവും) പറഞ്ഞ പലതും പാർട്ടിവിദ്വേഷപരമായിരുന്നു. സുചിന്തിതങ്ങളായ അഭിപ്രായങ്ങളല്ല. ഇന്നും അദ്ദേഹം അങ്ങനെ ചിലതൊക്കെ പറയാറുണ്ട്. ഡിബേറ്റിങ് പോയിന്റ്സ് സ്കോർ ചെയ്യാനാണ് അദ്ദേഹത്തിന് എപ്പോഴും വാസന. നമ്പൂതിരിമാർക്കിടയിലുള്ള ബാല്യകാല സംസ്കൃത വിദ്യാഭ്യാസത്തിന്റെ തർക്കം, ന്യായം മുതലായ ശാസ്ത്രങ്ങൾ ഉൾപ്പെടെയുള്ളവയുടെ ഫലമായിരിക്കും അത്.

ഇതിലെ അവസാനഭാഗം സത്യവിരുദ്ധമാണ്. ഒമ്പതാം വയസു തൊട്ട് രണ്ടുമൂന്ന് വർഷം ഞാൻ സംസ്കൃതം പഠിച്ചിട്ടുണ്ടെന്നത് ശരിയാണ്. പക്ഷേ, കാവ്യങ്ങളും ചമ്പുക്കളുമല്ലാതെ തർക്കമോ ന്യായമോ ഞാൻ പഠിച്ചിട്ടേയില്ല. എന്റെ വ്യക്തിത്വത്തിൽ താർക്കികത്വത്തിന്റെ അംശം കടന്നുകൂടിയിട്ടുണ്ടെങ്കിൽ അതിനുള്ള കാരണം എന്റെ പൊതു പ്രവർത്തനമാണ്.

സമുദായ പരിഷ്കാര പ്രവർത്തകനെന്ന നിലയ്ക്ക് മിതവാദി വിഭാഗത്തിനെതിരെ തീവ്രവാദി വിഭാഗത്തിന്റെ ചിന്താഗതികൾ സ്ഥാപിച്ചെടുക്കാൻ ആദ്യകാലത്ത് നടത്തിയ ശ്രമമാണ് എന്നെ താർക്കികത്വത്തിലേക്ക് കൊണ്ടുവന്നത്.

പിന്നീടൊരു സജീവ രാഷ്ട്രീയ പ്രവർത്തകനായി മാറിയപ്പോൾ കോൺഗ്രസിലെയും മറ്റ് രാഷ്ട്രീയ പാർട്ടികളിലെയും വലതുപക്ഷ വിഭാഗത്തിനെതിരെയും എന്റെ 'താർക്കിക സ്വഭാവം' പ്രത്യക്ഷപ്പെട്ടു. 1930 കളിലും 40 കളിലും ആദ്യം കോൺഗ്രസ് സോഷ്യലിസ്റ്റ് പാർട്ടിയുടെയും പിന്നീട് കമ്യൂണിസ്റ്റ് പാർട്ടിയുടെയും നിലപാട് വിശദീകരിക്കുമ്പോൾ എതിരാളികളെ പരാജയപ്പെടുത്തുന്നതിന് 'താർക്കിക'മായ എന്റെ കഴിവ് ഉപയോഗിച്ചിട്ടുണ്ട്.

അത് കഴിഞ്ഞ് 1950 കളിൽ കമ്യൂണിസ്റ്റ് പാർട്ടിക്കകത്ത് വലതും ഇടതും വിഭാഗങ്ങൾ പ്രത്യക്ഷപ്പെട്ടപ്പോൾ വലതിനെതിരെ ഞാൻ എന്റെ തൂലിക ചലിപ്പിച്ചു. പാർട്ടി പിളർന്നതിൽ പിന്നീടാവട്ടെ, അച്യുതമേനോൻ പ്രതിനിധാനം ചെയ്യുന്ന പാർട്ടിയുടെ വാദഗതികളെയും നിലപാടുകളെയും എതിർക്കുന്നതിൽ ഞാൻ സ്വയം ഏർപ്പെട്ടു.

സംസ്കൃത വിദ്യാഭ്യാസം നടത്തിയ കാലത്തിനുശേഷം എന്നിൽ രൂപപ്പെട്ട ഒരു സ്വഭാവവിശേഷമാണ് ഇതെന്നർഥം. ഇതൊരു തെറ്റാണെന്നാണ് അച്യുതമേനോന്റെ അഭിപ്രായമെങ്കിൽ അദ്ദേഹത്തിന് മാർക്സിനെയും എംഗൽസിനെയും ലെനിനെയും തള്ളിപ്പറയേണ്ടിവരും. എന്തു

കൊണ്ടെന്നാൽ *മാർക്സ് എംഗൽസ് മാർക്സിസം, ലെനിസം: ഉത്ഭവവും വളർച്ചയും* എന്ന രണ്ടു ലഘുഗ്രന്ഥങ്ങളിൽ ഞാൻ ചൂണ്ടിക്കാണിച്ചതുപോലെ, വിശുദ്ധചിന്താഗതികൾക്ക് എതിരായ സമരങ്ങളിലൂടെയാണ് ആദ്യം മാർക്സും എംഗൽസും ലെനിനും വളർന്നുവന്നത്. അച്യുതമേനോൻ എന്നിൽ ആരോപിക്കുന്ന "ഡിബേറ്റിങ് പോയിന്റ്സ് സ്കോർ ചെയ്യാനുള്ള വാസന" പ്രകടിപ്പിച്ചുകൊണ്ടാണ് മാർക്സും എംഗൽസും ലെനിനും മാർക്സിസം-ലെനിസം രൂപപ്പെടുത്തിയത്. ആ മാർഗം ഞാനും അംഗീകരിച്ചുവെന്നേയുള്ളൂ. അതിൽ എനിക്ക് കൃതാർഥതയാണുള്ളത്.

ഈ വാസന പ്രകടിപ്പിക്കുന്നതിൽ അച്യുതമേനോൻ മറ്റൊരാൾക്കും പിന്നിലല്ലെന്ന് പറയാതിരിക്കാൻ വയ്യ. എന്റെ പാർട്ടിക്കും എനിക്കുമെതിരെ അച്യുതമേനോൻ എന്തെല്ലാം പ്രസംഗിച്ചിട്ടുണ്ട്? എന്തെല്ലാം എഴുതിയിട്ടുണ്ട്? "ഡിബേറ്റിങ് പോയിന്റ്സ് സ്കോർ ചെയ്യാനുള്ള ഒരു വാസന" ആ പ്രസംഗങ്ങളിലും ലേഖനങ്ങളിലും ഇല്ലെന്ന് പറയാനാകുമോ?

കമ്യൂണിസ്റ്റ് പാർട്ടികൾക്കു മാത്രമല്ല ഒരു രാഷ്ട്രീയ പാർട്ടിക്കും വിവാദങ്ങളിൽ ഏർപ്പെടാതെ നിലനിൽക്കാനാവില്ലെന്നതാണ് സത്യം. വിവാദങ്ങൾക്കിടക്ക് പലരും പലതും പറയും, എഴുതും. അതിന്റെയെല്ലാം ഗുണദോഷങ്ങൾ വിലയിരുത്തുന്നത് ചരിത്രമാണ്.

1964 ലെ പിളർപ്പിനെ തുടർന്ന് അച്യുതമേനോൻ അന്തരിക്കുന്നതുവരെയുള്ള 27 വർഷക്കാലത്തെ ചരിത്രം ഒരു വിധി എഴുതിയിരിക്കുന്നു: "ഡിബേറ്റിങ് പോയിന്റ്സ് സ്കോർ" ചെയ്യാൻ സി പി ഐ(എം) ഉം സി പി ഐ യും നടത്തിയ ശ്രമങ്ങളിൽ സി പി ഐക്ക് പരാജയം പറ്റി എന്ന സത്യം കാണാനുള്ള മടിയാണ് അച്യുതമേനോനെക്കൊണ്ട് എനിക്ക് എതിരായ ആരോപണങ്ങൾ ഉന്നയിപ്പിക്കുന്നത്.

1964 ൽ അതേവരെ ഒന്നിച്ചുനിന്നിരുന്ന കമ്യൂണിസ്റ്റ് പാർട്ടി രണ്ടായത് മൂന്ന് പ്രശ്നങ്ങളെ ചൊല്ലിയാണ്: ഒന്ന്, കോൺഗ്രസ് പാർട്ടിയെയും അതിന്റെ ഗവൺമെന്റിനെയും എതിർക്കണമോ അതോ അവരുമായി കൂട്ടുകൂടണമോ? രണ്ട്, ഇന്ത്യാ-ചൈന തർക്കം സമാധാനപരമായി പരിഹരിക്കണമോ, അതോ ചൈനാവിരുദ്ധ അപസ്മാരത്തിൽ കമ്യൂണിസ്റ്റുകാരും പങ്കുകൊള്ളണമോ? മൂന്ന്, ലോക കമ്യൂണിസ്റ്റു പ്രസ്ഥാനത്തിനകത്ത് പ്രത്യക്ഷപ്പെട്ട ഭിന്നിപ്പിൽ സോവിയറ്റ് പാർട്ടിയുടെ കൂടെ നിൽക്കണോ? അതോ ഇന്ത്യൻ പാർട്ടി സ്വതന്ത്രമായ നിലപാട് എടുക്കണോ?

ഈ മൂന്ന് പ്രശ്നങ്ങളിലും സി പി ഐയുടെ നിലപാട് തെറ്റായിരുന്നുവെന്ന് തെളിഞ്ഞിരിക്കുന്നതിനാൽ അത് തിരുത്താനുള്ള പ്രക്രിയയിൽ സി പി ഐ നേതൃത്വത്തിനുതന്നെ ഏർപ്പെടേണ്ടി വന്നിരിക്കുന്നു. സി പി ഐ (എം) ന്റെ നിലപാടാകട്ടെ, മൊത്തത്തിൽ ശരിയായിരുന്നുവെന്ന് ചരിത്രം തെളിയിച്ചിരിക്കുന്നു. അതുകൊണ്ടാണ് ഇന്നത്തെ ഇന്ത്യയിലെ ഇടതുപക്ഷ ജനാധിപത്യ പ്രസ്ഥാനത്തിന്റെ നേതൃത്വം സി പി ഐ (എം) നായിട്ടുള്ളത്.

ഈ സംഭവവികാസം എങ്ങനെ നടന്നുവെന്ന് സത്യസന്ധവും വസ്തുനിഷ്ഠവുമായി പരിശോധിക്കാൻ ശ്രമിക്കുന്നതിനുപകരം തന്റെ പാർട്ടിക്ക് വന്നുചേർന്ന ദുർഗതിയോർത്ത് ദു:ഖിക്കുകയും എന്റെ മേൽ പഴിചാരുകയുമാണ് അച്യുതമേനോൻ ചെയ്യുന്നത്. അതുകൊണ്ട് തെ ക്കുംഭാഗം മോഹന്റെ ലേഖനപരമ്പരയിൽ അടങ്ങിയ അർധസത്യങ്ങളും അസത്യങ്ങളും തുറന്നുകാട്ടി സത്യം സ്ഥാപിക്കണമെങ്കിൽ അച്യുത മേനോനും ഞാനും രാഷ്ട്രീയരംഗത്ത് എങ്ങനെ പ്രവർത്തിച്ചുവെന്ന് പരിശോധിക്കേണ്ടതുണ്ട്. അതാണ് ഇനിയങ്ങോട്ട് ചെയ്യാൻ പോകുന്നത്.

2

ഗാന്ധിസത്തിൽനിന്ന് മാർക്സിസത്തിലേക്ക്–തിരിച്ച് ഗാന്ധിസത്തിലേക്കും

ആയിരത്തി തൊള്ളായിരത്തി ഇരുപത്തി ഒൻപത് ജൂൺ മാസ ത്തിലാണ് ഞാൻ തൃശൂർ സെന്റ് തോമസ് കോളേജിൽ ഇന്റർമീഡിയറ്റിന് ചേർന്നത്. അന്നുമുതൽ 1932 ജനുവരി നാലിന് ഞാൻ കോളേജ് വിടു ന്നതുവരെ അച്യുതമേനോനും ഞാനും സഹപാഠികളായിരുന്നു.

പക്ഷേ, ഞാനെടുത്ത ഐച്ഛികഭാഷ സംസ്കൃതവും അച്യുതമേ നോന്റേത് മലയാളവുമായിരുന്നു. ഐച്ഛികവിഷയങ്ങളാകട്ടെ, മേനോന്റേ ത് സയൻസും എന്റേത് ചരിത്രവും ആയിരുന്നു. ഇംഗ്ലീഷ് ക്ലാസ് ഒഴിച്ച് ഞങ്ങൾ ഒരുമിച്ചുണ്ടായിരുന്നില്ലന്നർഥം. ഇംഗ്ലീഷ് ക്ലാസിലാകട്ടെ നൂ റോളം വിദ്യാർഥികൾ ഉണ്ടായിരുന്നുതാനും.

പോരെങ്കിൽ, ക്ലാസ് കഴിഞ്ഞ് വൈകുന്നേരം മേനോൻ ഫുട്ബോൾ പോലുള്ള കളികളിൽ ഏർപ്പെടുമായിരുന്നു.

ഞാനാകട്ടെ, ഒന്നുകിൽ ദേശീയപ്രചാരണത്തിൽ, അല്ലെങ്കിൽ സമു ദായപരിഷ്കാര പ്രസ്ഥാനം സംബന്ധിച്ച ജോലിയിൽ ഏർപ്പെട്ടിരിക്കും. സമുദായപരിഷ്കരണ പ്രസ്ഥാനത്തിന്റെ ഭാഗമായി വി ടി എഴുതിയ *അടു ക്കളയിൽനിന്ന് അരങ്ങത്തേക്ക്* എന്ന നാടകം അവതരിപ്പിക്കാൻ ഞങ്ങൾ തീരുമാനിച്ചു. അതിന്റെ റിഹേഴ്സലിന് ഒരു മാസത്തോളം പിടിച്ചു. അതും അതുപോലുള്ള മറ്റ് സമുദായ പ്രവർത്തനങ്ങളും നടത്തിയിരുന്നതി നുപുറമേ ദേശീയപ്രസ്ഥാനത്തിന്റെ ഭാഗമായ ഘോഷയാത്രകൾ, ഖാദി ത്തുണി നടന്നുവിൽക്കൽ, സ്വദേശി ചരക്കുകൾ ഉപയോഗിക്കുക എന്ന പ്രതിജ്ഞയിൽ ഒപ്പുശേഖരിക്കൽ, ഗാന്ധി– ഇർ വിൻ സന്ധിയെ ത്തുടർന്ന് അനുവദിക്കപ്പെട്ട വിദേശവസ്ത്രഷോപ്പ് പിക്കറ്റിങ് വിജയി പ്പിക്കൽ തുടങ്ങിയ പരിപാടികളിൽ ഞാൻ പങ്കെടുത്തിരുന്നു.

ഈ സാഹചര്യത്തിൽ മേനോനും ഞാനും ഒരേ ക്ലാസിലായിരുന്ന

രണ്ടരവർഷക്കാലത്ത് ഞങ്ങൾ തമ്മിൽ അടുക്കുകയുണ്ടായിട്ടില്ല. ഒന്നോ രണ്ടോ തവണ മറ്റ സഹപാഠികളോടൊപ്പം ഞങ്ങളും സുഹൃദ് സംഭാഷ ണങ്ങൾ നടത്തിയിരിക്കാം. അത്രമാത്രം.

ഈ സമയമായപ്പോഴേക്കുതന്നെ ഞാൻ ഒരു ഉറച്ച ദേശീയ വാദി യായി മാറിക്കഴിഞ്ഞിരുന്നു. 1927 ൽ മദിരാശിയിൽവച്ച് നടന്ന ഇന്ത്യൻ നാഷണൽ കോൺഗ്രസ് സമ്മേളനത്തിൽ ഞാനൊരു പ്രതിനിധിയായി പങ്കെടുത്തിരുന്നു. തുടർന്ന് പയ്യന്നൂരിലും വടകരയിലും ചേർന്ന കേരള സംസ്ഥാന സമ്മേളനങ്ങളിലും ഞാൻ പങ്കെടുത്തു. 1922 തൊട്ട് തുടർച്ച യായി ഖദർ വസ്ത്രം മാത്രം ധരിക്കുന്ന പതിവ് എനിക്കുണ്ടായിരുന്നു. അത്യാവശ്യം വായിച്ചു മനസിലാക്കാൻ വേണ്ട ഹിന്ദി പരിജ്ഞാനം സ്വ പരിശ്രമത്തിലൂടെ ഞാൻ നേടിയിരുന്നു. ഇതിനുപുറമെയാണ് നമ്പൂതിരി യുവജനസംഘത്തിന്റെ സംഘടനാ പ്രവർത്തനത്തിനും *യോഗക്ഷേമം, ഉണ്ണിനമ്പൂതിരി* എന്നീ പത്രങ്ങളിൽ ലേഖനം എഴുതുന്നതിനും ഞാൻ സമയം ഉപയോഗിച്ചിരുന്നത്.

ഈ പ്രവർത്തനമെല്ലാം നടത്തുമ്പോൾപോലും ക്ലാസിൽ എടുക്കുന്ന ഓരോ പാഠത്തിലും ഞാൻ ദത്തശ്രദ്ധനായിരുന്നു. ക്ലാസ് കഴിഞ്ഞുള്ള ഒഴിവുസമയങ്ങളിൽ പാഠപുസ്തകങ്ങൾക്കും കോളേജ് ലൈബ്രറിയിൽ നിന്ന് എടുക്കുന്ന പുസ്തകങ്ങൾക്കുംപുറമേ പുസ്തകശാലകളിൽനിന്ന് വാങ്ങുന്ന ഗ്രന്ഥങ്ങളും ഞാൻ പഠിച്ചിരുന്നു. മേനോനാകട്ടെ, ക്ലാസിലെ പഠിപ്പും ക്ലാസിന് പുറത്തുള്ള കളികളും ഒഴിച്ച് മറ്റൊന്നിലും ഏർപ്പെട്ടിരു ന്നില്ല. ബുദ്ധിമാനായിരുന്ന ആ വിദ്യാർഥിയിൽ ഭാവി രാഷ്ട്രീയ നേ താവിന്റെ യാതൊരു സൂചനകളും ഇല്ലായിരുന്നു. ഇതുകൂടിയായിരിക്കണം കോളേജ് ജീവിതത്തിനിടയ്ക്ക് ഞങ്ങൾ ആത്മസുഹൃത്തുക്കളായി വരാതിരിക്കാൻ കാരണം.

ഗാന്ധിസത്തിൽ അടിയുറച്ചുനിൽക്കുമ്പോൾത്തന്നെ, നെഹ്റുവിന്റെ ആരാധകൻ കൂടിയായി തീർന്നിരുന്ന ഒരു യുവാവായിരുന്നു ഞാനന്ന്. ഇതാണ് എന്നെ 1931 ൽ *നെഹ്റുവിന്റെ ഒരു ലഘുജീവചരിത്രം*-പ്രസി ദ്ധീകരിക്കപ്പെടുന്ന എന്റെ ആദ്യകൃതി-എഴുതാൻ പ്രേരിപ്പിച്ചത്.

കോളേജ് വിട്ട് നിയമലംഘനത്തിൽ പങ്കെടുത്ത് ജയിലിൽ എത്തിയ പ്പോഴേക്ക് ഗാന്ധി-നെഹ്റു ചിന്താഗതികളിൽനിന്ന് വിപ്ലവപ്രസ്ഥാന ത്തിലേക്കും സോഷ്യലിസ്റ്റ്-കമ്മ്യൂണിസ്റ്റ് ചിന്താഗതികളിലേക്കും ഞാൻ വീഴാൻ തുടങ്ങിയിരുന്നു. ബംഗാൾ, പഞ്ചാബ്, ഉത്തർപ്രദേശ്, ബീഹാർ എന്നീ സംസ്ഥാനങ്ങളിലുള്ള വിപ്ലവകാരികളുമായും അഖിലേന്ത്യാട്രേഡ് യൂണിയൻ കോൺഗ്രസിന്റെ ജനറൽ സെക്രട്ടറിയായിരുന്ന മുകുന്ദലാൽ സർക്കാരുമായും ആന്ധ്രയിലെ കർഷകനേതാക്കളായ എൻ ജി രങ്ക, ഡി നാരായണഗുരു മുതലായവരുമായും ബന്ധപ്പെടാൻ ജയിലിൽ എനി ക്ക് കഴിഞ്ഞു. ഇത് എന്റെ രാഷ്ട്രീയ വീക്ഷണത്തിൽ ഗാന്ധി-നെഹ്റു ചിന്താഗതികളിൽനിന്നുള്ള പുരോഗമനത്തിന്റെ തുടക്കംകുറിച്ചു.

ഈ പ്രക്രിയയുടെ പരിണതഫലമെന്ന നിലയ്ക്കാണ് ഞാൻ ജയി

ലിൽനിന്ന് പുറത്തുവന്നതിനെത്തുടർന്ന് സോഷ്യലിസ്റ്റ് ചിന്താഗതിയു
മായി അടുക്കാൻ തുടങ്ങിയത്. കോൺഗ്രസിനകത്ത് പ്രവർത്തിക്കുന്ന
സോഷ്യലിസ്റ്റുകാരുടെ ഒരഖിലേന്ത്യാ സമ്മേളനം പട്നയിൽ ചേർന്ന
തിൽ ഞാൻ പങ്കെടുത്തു. അവിടെ രൂപീകരിക്കപ്പെട്ട താൽക്കാലിക കമ്മി
റ്റിയിൽ ഞാൻകൂടി അംഗമാവുകയും പിന്നീട് ക്രമപ്രകാരം പാർട്ടി സമ്മേ
ളനം നടന്നപ്പോൾ അവിടെ വച്ച് തിരഞ്ഞെടുത്ത ദേശീയ എക്സിക്യൂട്ടി
വിൽ ഞാൻ ജോയിന്റ് സെക്രട്ടറിയായി തിരഞ്ഞെടുക്കുകയും ചെയ്തു.

ഈ സംഭവവികാസങ്ങളെല്ലാം എന്റെ ജീവിതത്തിൽ വന്നു കൊണ്ടി
രിക്കുമ്പോൾ അച്യുതമേനോൻ കോളേജ് വിദ്യാഭ്യാസം പൂർത്തിയാക്കി
ലോ കോളേജിൽ വിദ്യാർഥിയായി കഴിഞ്ഞിരുന്നു. അതിനിടയ്ക്കാണ്
കെ പി സി സി യുടെ സംഘാടകനെന്നനിലയ്ക്ക് തിരുവനന്തപുരത്തു വന്ന
എ കെ ജി യെ പരിചയപ്പെട്ടതും അദ്ദേഹത്തിൽ നിന്ന് കോൺഗ്രസിൽ
മെമ്പർഷിപ്പ് എടുത്തതും (തെക്കുംഭാഗം മോഹനന്റെ ലേഖനപരമ്പര
യിലെ നാലാം ലേഖനം നോക്കുക).

അതാണ് അച്യുതമേനോന്റെ രാഷ്ട്രീയ പ്രവർത്തനത്തിന്റെ തുട
ക്കം. തുടർന്നുള്ള കാലത്ത് എ കെ ജി യുമായി ബന്ധപ്പെട്ടതിന്റെയും
അദ്ദേഹത്തെപ്പറ്റി വളരെ ആദരവ് തോന്നിയതിന്റെയും കഥ മേനോൻ
തെക്കുംഭാഗം മോഹനന് എഴുതിയിട്ടുണ്ട്.

എ കെ ജി യുടെ കൈയിൽനിന്ന് കോൺഗ്രസ് മെമ്പർഷിപ്പ് വാങ്ങിയ
മേനോൻ തൃശ്ശൂർ എത്തി കോൺഗ്രസ് പ്രവർത്തനം തുടങ്ങിയപ്പോൾ
കോൺഗ്രസ് സോഷ്യലിസ്റ്റ് പാർട്ടിയുടെ ഒരു ഘടകം തൃശൂരിൽ സ്ഥാ
പിച്ചുകഴിഞ്ഞിരുന്നു. അതിന്റെ പ്രവർത്തനങ്ങളിൽ മേനോനും സജീ
വമായി പങ്കുകൊണ്ടു. അങ്ങനെ 1929–32 കാലത്തെ ഞങ്ങളുടെ
കോളേജ് ജീവിതത്തിന്റെ തുടർച്ചയായി ഞങ്ങളെ ബന്ധിപ്പിക്കുന്ന ഒരു
പുതിയ കണ്ണി–ഇടതുപക്ഷ രാഷ്ട്രീയം–രൂപപ്പെട്ടു. മുമ്പത്തെ സഹപാഠി
കൾ പിന്നത്തെ രാഷ്ട്രീയ സഹപ്രവർത്തകരായി മാറി.

ഇതിനിടയ്ക്ക് എന്റെ ഇടതുപക്ഷ രാഷ്ട്രീയംതന്നെ കുറേക്കൂടി
മുമ്പോട്ടുപോയി. കോൺഗ്രസ് സോഷ്യലിസ്റ്റുപാർട്ടിയുടെ അഖിലേന്ത്യാ
ജോയിന്റ് സെക്രട്ടറിയായി തിരഞ്ഞെടുക്കപ്പെട്ട് ഒരുവർഷം തികയുന്ന
തിനുമുമ്പ് അന്ന് നിയമവിരുദ്ധമായി പ്രവർത്തിക്കുന്ന കമ്യൂണിസ്റ്റു പാർ
ട്ടിയുടെ സെൻട്രൽ കമ്മിറ്റി മെമ്പരായ സുന്ദരയ്യയുമായി ഞാൻ ബന്ധ
പ്പെട്ടു. അതിനെത്തുടർന്ന് കൃഷ്ണപിള്ളയും ഞാനും കമ്യൂണിസ്റ്റ്
പാർട്ടിയിൽ അംഗത്വം സ്വീകരിച്ചു. 1937 ജൂലായിലോ മറ്റോ എൻ സി
ശേഖർ, കെ ദാമോദരൻ, കൃഷ്ണപിള്ള, ഞാൻ എന്നിവരടങ്ങുന്ന ഒരു നിയമ
വിരുദ്ധ കമ്യൂണിസ്റ്റ് കേരള കമ്മിറ്റി സെൻട്രൽ കമ്മിറ്റി മെമ്പർ ഘടെയുടെ
സാന്നിധ്യത്തിൽ രൂപപ്പെട്ടു.

ഇതും തുടർന്നുള്ള സംഭവവികാസങ്ങളും എന്നെ എന്നപോലെ
അച്യുതമേനോനെയും ഗാന്ധിസത്തിൽനിന്ന് മാർക്സിസത്തിലേക്ക് പരി
വർത്തനം ചെയ്യിച്ചു. അങ്ങനെയാണ് ഞങ്ങൾ 1942 വരെ നിയമവിരുദ്ധ

മായും പിന്നീട് നിയമവിധേയമായും പ്രവർത്തിക്കുന്ന കമ്യൂണിസ്റ്റ് പാർട്ടി
യിൽ സഹപ്രവർത്തകരായത്.

അന്നുതൊട്ട് ഇന്നേവരെ ഗാന്ധിഭക്തന്മാരുമായി പലകാര്യങ്ങളിലും
സഹകരിക്കുന്നതുപോലെതന്നെ, ഗാന്ധിസമെന്ന ആശയഗതിയുമായി
യാതൊരു വിട്ടുവീഴ്ചയും ചെയ്യാതെ അതിനെ എതിർക്കുന്ന ഒരു മാർ
ക്സിസ്റ്റ്–ലെനിസ്റ്റായി ഞാൻ ജീവിച്ചു. മഹാത്മാഗാന്ധിയുടെ വ്യക്തിത്വ
ത്തെയും പ്രവർത്തനത്തെയും വസ്തുനിഷ്ഠമായി വിലയിരുത്തിക്കൊണ്ട്
ഞാനൊരു ഗ്രന്ഥമെഴുതിയിട്ടുണ്ട്. അതിലെ ആശയങ്ങൾ കൂടുതൽ
വിശദീകരിച്ചുകൊണ്ടുള്ള പ്രബന്ധങ്ങൾ, പ്രസംഗങ്ങൾ എന്നിവ എന്റെ
വകയായി വന്നിട്ടുണ്ട്. എന്റെ ഈ നിലപാടിനോട് മൗലികമായി വിയോ
ജിപ്പുള്ളതായി മേനോൻ അടുത്തകാലംവരെ സൂചിപ്പിച്ചിട്ടില്ല.

പക്ഷേ, 1964 ൽ പാർട്ടി പിളർന്നതിൽ പിന്നെ മറ്റ് പല കാര്യങ്ങളിലും
എന്നപോലെ ഗാന്ധിസത്തോടുള്ള സമീപനത്തിന്റെ കാര്യത്തിലും മേ
നോന് എന്നോട് വിയോജിപ്പുണ്ടെന്ന് വ്യക്തമായിട്ടുണ്ട്. അവസാന നാളു
കളായപ്പോഴാകട്ടെ, അദ്ദേഹത്തിന്റെ പാർട്ടിക്കുപോലും സ്വീകാര്യമല്ലാ
ത്തവിധം ഗാന്ധിഭക്തനായി അദ്ദേഹം മാറിയിട്ടുണ്ടോ എന്ന് സംശയിക്കേ
ണ്ടിയിരിക്കുന്നു. അദ്ദേഹത്തിന്റെ *ഡയറിക്കുറിപ്പുകൾക്ക്* ആമുഖം
എഴുതിയ ടി എൻ ജയചന്ദ്രൻ (മുഖ്യമന്ത്രിയായിരുന്ന കാലത്ത് മേനോന്റെ
സെക്രട്ടറിയായിരുന്നു അദ്ദേഹം) ഈ സത്യം വെട്ടിത്തുറന്നു തന്നെ
പറഞ്ഞിട്ടുണ്ട്.

ഈ മാറ്റം എങ്ങനെ വന്നു? 1930 കളിൽ ഗാന്ധിസത്തിൽനിന്ന് മാർ
ക്സിസത്തിലേക്ക് പോയ മേനോൻ പിന്നീട് 1980 കളായപ്പോഴേക്ക് എങ്ങ
നെ വീണ്ടും ഗാന്ധിസ്റ്റായി? ഈ ചോദ്യത്തിന് ഉത്തരം കാണണമെങ്കിൽ
അഖിലേന്ത്യാതലത്തിലും കേരളത്തിലും കമ്യൂണിസ്റ്റു പാർട്ടിക്കകത്തു
നടന്ന വിവാദങ്ങളിലേക്ക് ഒന്ന് തിരിഞ്ഞുനോക്കണം. കേരളത്തിലെ
ഇടതുപക്ഷക്കാർ കോൺഗ്രസ് സോഷ്യലിസ്റ്റുകാരായി തുടങ്ങി കമ്യൂണി
സ്റ്റുകാരായി മാറിയപ്പോൾ പാർട്ടിക്കകത്ത് വാദവിവാദങ്ങൾ വളർന്നതും
പാർട്ടി പിളർന്നതുമെങ്ങനെ എന്ന് പരിശോധിക്കണം. ഈ വാദവിവാദ
പ്രക്രിയയുടെ സന്തതികളാണ് മേനോനും ഞാനുമടക്കം കേരളത്തിലെ
കമ്യൂണിസ്റ്റുകാർ മുഴുവൻ. ആ കഥയുടെ ഭാഗമായി വേണം മറ്റ് സഖാ
ക്കളുടെ എന്നപോലെ അച്യുതമേനോന്റെയും വ്യക്തിത്വവും രാഷ്ട്രീയവും
പരിശോധിക്കാൻ. അതിനുള്ള ഒരു എളിയ ശ്രമമാണ് ഇനി നടത്താൻ
പോകുന്നത്.

3

ഇന്ത്യൻ കമ്യൂണിസ്റ്റു പാർട്ടി
1935 തൊട്ട് 1953 വരെ

ആയിരത്തി തൊള്ളായിരത്തി മുപ്പത്തി അഞ്ചിലാണ് ഞാൻ കമ്യൂ ണിസ്റ്റുപാർട്ടിയുമായി ബന്ധപ്പെട്ടതും അച്യുതമേനോൻ ഒരു ഇടതുപക്ഷ രാഷ്ട്രീയ പ്രവർത്തകനായി മാറിയതുമെന്ന് നേരത്തെ പറഞ്ഞുവല്ലോ.

അതുകഴിഞ്ഞ് 18 വർഷത്തോളംകാലം ഞങ്ങൾ തമ്മിൽ രാഷ്ട്രീയ മായ അഭിപ്രായവ്യത്യാസമൊന്നും ഇല്ലായിരുന്നു. 1953 ൽ നടന്ന മൂന്നാം (മധുര) കോൺഗ്രസും അതിനുമുമ്പുനടന്ന തിരു-കൊച്ചി-മലബാർ സമ്മേളനങ്ങളുമാണ് അഭിപ്രായവ്യത്യാസത്തിന് തുടക്കംകുറിച്ച സന്ദർ ഭങ്ങൾ. 1956 ൽ നടന്ന നാലാം(പാലക്കാട്) കോൺഗ്രസോടുകൂടി അത് മൂർച്ഛിച്ച രൂപത്തിൽ എത്തുകയും ചെയ്തു.

ഈ സംഭവവികാസങ്ങൾ മനസിലാക്കുന്നതിന് 1920 കളുടെ തുടക്ക ത്തിൽ ഇന്ത്യയുടെ നാനാഭാഗങ്ങളിലും കമ്യൂണിസ്റ്റ് ഗ്രൂപ്പുകൾ രൂപ പ്പെടാൻ തുടങ്ങിയതുതൊട്ടുള്ള ചരിത്രം ചുരുക്കത്തിൽ വിവരിക്കണം. അതിന്റെ പരിണാമമെന്ന നിലയ്ക്കാണ് 1953 ലെ മധുരാ കോൺഗ്രസിൽ ആദ്യം അഭിപ്രായവ്യത്യാസം പൊട്ടിപ്പുറപ്പെട്ടതും അതിന്റെ വളർച്ച എത്തിയ രൂപമെന്ന നിലയ്ക്ക് 1956 ൽ നടന്ന നാലാം (പാലക്കാട്) പാർട്ടി കോൺഗ്രസിൽ പ്രത്യക്ഷപ്പെട്ടതും.

പാർട്ടിയുടെ ഒന്നാം (ബോംബെ) കോൺഗ്രസ് 1943 ലാണ് ചേർന്നത്. അതിൽ യാതൊരു അഭിപ്രായഭേദവുമില്ലായിരുന്നു. ബ്രിട്ടനുകൂടി പങ്കുള്ള തെങ്കിലും സോവിയറ്റ് യൂണിയന് പ്രാമുഖ്യമുള്ള ഫാസിസ്റ്റുവിരുദ്ധ ചേരി യുടെ വിജയം യുദ്ധത്തിലുറപ്പിക്കുകയാണ് ഇന്ത്യൻ സ്വാതന്ത്ര്യം നേടാ നുള്ള മാർഗമെന്നും അതുകൊണ്ട് ക്വിറ്റിന്ത്യാസമരം ദുരുപദിഷ്ടമാണെ ന്നും പാർട്ടികോൺഗ്രസ് ഏകകണ്ഠമായി പ്രഖ്യാപിച്ചു. പിന്നീട് രണ്ടാം കോൺഗ്രസ് 1948 ൽ കൽക്കത്തയിൽ ചേർന്നപ്പോഴാകട്ടെ, ഒന്നാം

കോൺഗ്രസ് അംഗീകരിച്ച നയസമീപനം മൊത്തത്തിൽ ശരിയായിരുന്നു വെങ്കിലും അത് പ്രയോഗത്തിൽ വരുത്തുന്നതിൽ പിശകുകകൾ പറ്റിയ തായി ചൂണ്ടിക്കാണിച്ചു. 1943 ലെ ബോംബെ കോൺഗ്രസിന്റെതെന്ന പോലെ 1948 ലെ കൽക്കത്താ കോൺഗ്രസിന്റെയും തീരുമാനം ഏക കണ്ഠമായിരുന്നു. ഒന്നും രണ്ടും കോൺഗ്രസുകൾക്കിടയ്ക്ക് തുടർന്ന നയസമീപനം മൊത്തത്തിൽ ശരിയെങ്കിലും, അതിന്റെ പ്രയോഗത്തിൽ പിശകുപറ്റിയതായി കൽക്കത്താ കോൺഗ്രസ് എടുത്തുപറഞ്ഞു. ഈ പിശകുകൾക്കുത്തരവാദി അന്ന് ജനറൽ സെക്രട്ടറിയായിരുന്ന പി സി ജോഷിയായിരുന്നുവെന്നും കോൺഗ്രസ് വിലയിരുത്തി. അദ്ദേഹത്തെ ജനറൽ സെക്രട്ടറി സ്ഥാനത്തുനിന്ന് മാറ്റുക മാത്രമല്ല ഉണ്ടായത്, സെൻട്രൽ കമ്മിറ്റിയിലേക്കുപോലും അദ്ദേഹം തിരഞ്ഞെടുക്കപ്പെട്ടില്ല.

രണ്ടാം കോൺഗ്രസിൽ നടത്തിയ വിമർശന സ്വയംവിമർശനങ്ങളും ജോഷിയെ ജനറൽ സെക്രട്ടറി സ്ഥാനത്തുനിന്ന് മാറ്റിയതും ശരിയാ ണെന്ന കാര്യത്തിൽ എനിക്ക് യാതൊരു സംശയവും ഇല്ലായിരുന്നു.പക്ഷേ, ജോഷിയെ സെൻട്രൽ കമ്മിറ്റിയിലേക്കുപോലും തിരഞ്ഞെടുക്കാത്തത് തെറ്റായിരുന്നുവെന്ന് എനിക്ക് തോന്നിയിരുന്നു. കൂടാതെ ജോഷി തുടർ ന്നുപോന്ന നയസമീപനത്തിനെതിരെ നടത്തിയ വിമർശനത്തോട് പൂർ ണമായി യോജിക്കുമ്പോൾത്തന്നെ, രണ്ടാം കോൺഗ്രസ് അംഗീകരിച്ച നയസമീപനം പൂർണമായും ഉൾക്കൊള്ളാൻ എനിക്ക് കഴിഞ്ഞില്ല. അതു കൊണ്ട് സെൻട്രൽ കമ്മിറ്റിയിൽനിന്ന് പൊളിറ്റ്ബ്യൂറോയിലേക്ക് എന്റെ പേർ നിർദേശിക്കപ്പെട്ടില്ല.

അതിനെക്കുറിച്ച് എന്നോടഭിപ്രായം ചോദിച്ചപ്പോൾ എന്റെ പേർ ഉൾപ്പെടുത്താതിനോട് ഞാൻ തികച്ചും യോജിക്കുന്നുവെന്ന് പറഞ്ഞു. അപ്പോൾ കേരളത്തിൽനിന്ന് മറ്റാരെയെങ്കിലും പൊളിറ്റ്ബ്യൂറോയിലേക്ക് എടുക്കാനുണ്ടോ എന്ന് എന്നോട് ചോദിച്ചു. കൃഷ്ണപിള്ളയും ജോർജും ആയിരുന്നു മറ്റ് സെൻട്രൽ കമ്മിറ്റിയിലെ അംഗങ്ങൾ. അവരും ജോഷി യുടെ നയം നടപ്പിലാക്കുന്നതിൽ എന്നെപ്പോലെതന്നെ പങ്കാളികളായിരു ന്നുവെന്നും അതുകൊണ്ട് അവരെയും പൊളിറ്റ്ബ്യൂറോയിൽ എടുക്കു ന്നത് ശരിയായിരിക്കില്ലെന്നും ഞാൻ പറഞ്ഞു.

ജോഷി നേതൃത്വത്തിലിരുന്ന കാലത്ത് അദ്ദേഹത്തിന്റെ നയസമീ പനങ്ങൾ പൂർണമായും ഉൾക്കൊണ്ട് കേരളത്തിൽ നടപ്പിൽ വരുത്തു കയായിരുന്നു ഞാൻ. അതുപോലെ രണദിവെയുടെ നയസമീപനം പൂർണമായും ഉൾക്കൊള്ളാൻ എനിക്ക് കഴിഞ്ഞില്ല. എങ്കിലും അച്ചടക്ക മുള്ള ഒരു പാർട്ടിമെമ്പറും സെൻട്രൽ കമ്മിറ്റി മെമ്പറുമെന്ന നിലയ്ക്ക് ആ നയസമീപനം കേരളത്തിൽ നടപ്പിൽ വരുത്താൻ ഞാൻ കഴിയുന്ന തും ശ്രമിച്ചു.

പുതിയ നയസമീപനം നടപ്പിലാവാൻ തുടങ്ങിയപ്പോൾ രാഷ്ട്രീയ സംഘടനാ തലങ്ങളിൽ ഒരു ഉൾപ്പാർട്ടി പ്രതിസന്ധി വളർന്നുവരാൻ തുടങ്ങി. രണദിവെയുടെ നേതൃത്വത്തിലുള്ള പൊളിറ്റ് ബ്യൂറോ തുടർന്നു

പോന്നിരുന്ന നയസമീപനങ്ങൾക്കെതിരെ ആന്ധ്രകമ്മിറ്റി ഏതാനും മാ സങ്ങൾക്കകംതന്നെ കലാപക്കൊടി ഉയർത്തി. പോരെങ്കിൽ, റെയിൽ വെ പണിമുടക്ക് അഖിലേന്ത്യാതലത്തിൽ ഒരു സായുധസമരമാക്കി ഉയർ ത്തുകയെന്ന കാഴ്ചപ്പാടനുസരിച്ച് പൊളിറ്റ്ബ്യൂറോ സംഘടനാതലത്തി ലെടുത്ത നടപടികൾ പാർട്ടിയെ ഒരു പ്രതിസന്ധിയിലെത്തിച്ചു. ഇതിനെ തുടർന്നും കോമിൻഫോമിന്റെ മുഖപത്രം എഴുതിയ ഒരു ലേഖനത്തെ ആസ്പദമാക്കിയും സെൻട്രൽ കമ്മിറ്റിയുടെ ഒരു യോഗത്തിൽ രൂക്ഷ മായ വിവാദം നടന്നു. റണദിവെയെ ജനറൽ സെക്രട്ടറി സ്ഥാനത്തു നിന്ന് മാറ്റുക, സെൻട്രൽ കമ്മിറ്റിയും പൊളിറ്റ്ബ്യൂറോയും പുന:സംഘടി പ്പിക്കുക, എന്ന തീരുമാനങ്ങളിലാണ് സെൻട്രൽ കമ്മിറ്റി യോഗം ചെന്നെ ത്തിയത്.

രാജേശ്വരറാവു ജനറൽ സെക്രട്ടറിയായി പുനഃസംഘടിപ്പിക്കപ്പെട്ട പുതിയ സെൻട്രൽ കമ്മിറ്റിയിൽ ഞാനും അംഗമായിരുന്നു. കൂടാതെ റണദിവെ ജനറൽ സെക്രട്ടറിയായിരുന്നകാലത്ത് നടന്ന സംഘടനാപര മായ അതിക്രമങ്ങളെക്കുറിച്ച് അന്വേഷിക്കാൻ നിയമിതനായ കമ്മീഷനിൽ ഞാനുമംഗമായിരുന്നു. പക്ഷേ, സെൻട്രൽ കമ്മിറ്റിയിൽ നിന്ന് പൊളിറ്റ് ബ്യൂറോയിലേക്ക് ഞാൻ തിരഞ്ഞെടുക്കപ്പെട്ടില്ല. എന്തുകൊണ്ടെന്നാൽ മുമ്പ് റണദിവെയുടെ, എന്നപോലെ ഇപ്പോൾ രാജേശ്വരറാവുവിന്റെയും സമീപനം പൂർണമായി ഉൾക്കൊള്ളാൻ എനിക്ക് കഴിഞ്ഞിരുന്നില്ല. അതു കൊണ്ട് ആ സമീപനം കർശനമായി നടപ്പിൽ വരുത്താൻ ബാധ്യതപ്പെട്ട പൊളിറ്റ്ബ്യൂറോവിൽ എന്നെ തിരഞ്ഞെടുക്കുന്നത് ശരിയാവുകയില്ല. എങ്കിലും സംഘടനാപരമായ കാര്യങ്ങളെക്കുറിച്ച് അന്വേഷണം നടത്തി റിപ്പോർട്ട് സമർപ്പിക്കാൻവേണ്ട നീതിബോധം എനിക്കുണ്ടെന്ന് സെൻട്രൽ കമ്മിറ്റി മെമ്പർമാർ കരുതി.

രാജേശ്വരറാവു ജനറൽ സെക്രട്ടറിയായി പുന:സംഘടിപ്പിച്ച പൊളിറ്റ്ബ്യൂറോ ഏതാനും മാസക്കാലമേ നിലനിന്നിരുന്നുള്ളൂ. അതിനു മുമ്പുതന്നെ മുമ്പത്തെ റണദിവെ സമീപനമെന്നപോലെ ഇപ്പോഴത്തെ രാജേശ്വരറാവു സമീപനവും രൂക്ഷമായ ഉൾപ്പാർട്ടി പ്രശ്നങ്ങൾ സൃഷ്ടി ച്ചു. അതുകൊണ്ട് സെൻട്രൽ കമ്മിറ്റിയുടെയോഗം ചേർന്ന് പ്രതിസന്ധി പരിഹരിക്കാൻ നടപടികളെടുത്തു. സെൻട്രൽ കമ്മിറ്റിക്കകത്ത് നില നിന്നിരുന്ന തർക്കപ്രശ്നങ്ങൾ സംബന്ധിച്ച് സോവിയറ്റ് നേതൃത്വവുമായി ചർച്ച ചെയ്യുന്നതിന് ഒരു നാലംഗ പ്രതിനിധി സംഘത്തെ മോസ്കോ വിലേക്ക് അയക്കാൻ തീരുമാനിച്ചു. ജനറൽ സെക്രട്ടറി എന്ന പേരിലല്ലെ ങ്കിലും അജയഘോഷ് രാജേശ്വരറാവുവിന് ബദലായി വന്നു. ഈ ഘട്ട ത്തിലാണ് ഞാൻ പൊളിറ്റ്ബ്യൂറോവിലേക്ക് തെരഞ്ഞെടുക്കപ്പെടുന്നത്.

ഈ സംഭവം നടന്ന ഉടനെതന്നെ നാലംഗ പ്രതിനിധി സംഘം രഹസ്യമായി മോസ്കോവിലേക്ക് പോയി. അവർ മടങ്ങിവരുന്നതുവരെ പാർട്ടി കേന്ദ്രത്തിന്റെ ചുമതല ഞാൻ വഹിക്കണമെന്ന് നിശ്ചയിച്ചു. മോസ്കോവിൽ തയാറാക്കിയ പുതിയ പാർട്ടിപരിപാടിയും നയപ്രഖ്യാ

പനരേഖയുമായി നാലംഗ പ്രതിനിധിസംഘം വരുന്നതുവരെ ഞാൻ പൊളിറ്റ്ബ്യൂറോവിന്റെ ചാർജുകാരനായി തുടർന്നു.

നാലു മാസത്തിനകം അവർ തിരിച്ചുവരികയും പാർട്ടിപരിപാടി പ്രസിദ്ധീകരിക്കുകയും ചെയ്തു. അതിന്റെ അടിസ്ഥാനത്തിൽ ഒരു സെപ്ഷ്യൽ പാർട്ടി കോൺഫറൻസ് ചേർന്ന് പാർട്ടിപരിപാടിയും നയ പ്രഖ്യാപനരേഖയും അംഗീകരിച്ചു. ആ കോൺഫറൻസിൽനിന്ന് അജയ് ഘോഷ് ജനറൽ സെക്രട്ടറിയായും ഞാൻകൂടി അംഗമായുമുള്ള ഒരു പൊളിറ്റ്ബ്യൂറോ തിരഞ്ഞെടുക്കപ്പെട്ടു.

ഈ സ്പെഷ്യൽ കോൺഫറൻസിന്റെ തീരുമാനം ഔപചാരിമായ തലത്തിൽ പാർട്ടിയെ ഏകീകരിച്ചു. പക്ഷേ, പരിപാടിയും നയപ്രഖ്യാപ നരേഖയും വിഭാവനം ചെയ്യുന്ന സമീപനം പൂർണമായി ഉൾക്കൊള്ളാൻ സഖാക്കളിൽ ഒരുവിഭാഗത്തിന് കഴിഞ്ഞില്ല. അതിലൊരാളാണ് അച്യുത മേനോൻ.

അതിനിടയ്ക്ക് സോവിയറ്റ് യൂണിയനോടും ചൈനയോടും ഇന്ത്യാ ഗവൺമെന്റ് അംഗീകരിക്കുന്ന നയസമീപനത്തിൽ മാറ്റം വരാൻ തുടങ്ങി. അതിന്റെ അടിസ്ഥാനത്തിൽ പാർട്ടിപരിപാടിയിലും നയപ്രഖ്യാപന രേഖ യിലും വിഭാവനം ചെയ്യുന്നതിൽനിന്ന് വ്യത്യസ്തമായ ഒരു സമീപനം കോൺഗ്രസിന്റെയും അതിന്റെ ഗവൺമെന്റിന്റെയും നേരെ എടുക്കണ മെന്ന് ഒരുവിഭാഗം സഖാക്കൾ വാദിച്ചു. അതിന് സഹായകരമായ നിലപാട് സോവിയറ്റ്-ചൈനീസ് പാർട്ടികൾ എടുക്കുകയും ചെയ്തു. ആ നിലപാട് വിശദീകരിച്ചുകൊണ്ടുള്ള ഒരു പ്രസംഗം മൂന്നാം കോൺഗ്ര സിൽ (1953-മധുര) പങ്കെടുത്തിരുന്ന സൗഹാർദപ്രതിനിധിയായ ബ്രിട്ടീഷ് നേതാവ് ഹാരിപോളിറ്റ് നടത്തുകകൂടിയുണ്ടായി. ഇതിനോട് പൂർണമായും വിയോജിച്ചുകൊണ്ട് ജനറൽ സെക്രട്ടറി അജയ്ഘോഷ് പിന്നീട് പ്രസംഗിച്ചു.

ഇങ്ങനെ അഖിലേന്ത്യാ തോതിൽ പ്രകടമായ ഭിന്നിപ്പിൽ ഞാൻ അജയ്ഘോഷിന്റെ നേതൃത്വത്തിലുള്ള ഭൂരിപക്ഷത്തിന്റെ കൂടെയായി രുന്നു-അച്യുതമേനോൻ മറുചേരിയിലും. അങ്ങനെ കോൺഗ്രസിനു പിന്നിൽ അണിനിരക്കുകയെന്ന സമീപനത്തിന്റെ വക്താവായ മേനോ നും അതിനെതിരായി ഞാനും എതിർചേരിയിലെത്തി. അന്നു മുതൽക്ക് 1964 ലെ പിളർപ്പുവരെ ഒരേ പാർട്ടിക്കകത്തുള്ള രണ്ട് വിരുദ്ധചേരികളി ലായി ഞങ്ങൾ നിലകൊണ്ടു. പിന്നീട് അനോന്യം പോരാടുന്ന രണ്ട് പാർട്ടികളുടെ നേതാക്കളായി മേനോൻ മരിക്കുന്നതുവരെ ഞങ്ങൾ തുടർന്നു.

4

ആന്ധ്ര തിരഞ്ഞെടുപ്പും അതിനുശേഷവും

ആയിരത്തി തൊള്ളായിരത്തി അൻപത്തി അഞ്ചിൽ ആന്ധ്രാനിയ മസഭയിലേക്ക് വാശിയേറിയ ഒരു തിരഞ്ഞെടുപ്പ് നടന്നു. ഒരുവശത്ത് കമ്യൂണിസ്റ്റുപാർട്ടി ഒറ്റയ്ക്കും മറുവശത്ത് കോൺഗ്രസ് മറ്റു ചില ചെറിയ ഗ്രൂപ്പുകളായി ചേർന്നും മത്സരിക്കുകയുണ്ടായിരുന്നു. കമ്യൂണിസ്റ്റു പാർ ട്ടിക്ക് ഭൂരിപക്ഷം നേടാനും തുടർന്ന് ഇന്ത്യയിലെ ആദ്യത്തെ കമ്യൂണിസ്റ്റ് ഗവൺമെന്റ് നിലവിൽ വരുത്താനും കഴിയുമെന്ന വമ്പിച്ച ശുഭപ്രതീ ക്ഷയോടെയാണ് പാർട്ടി നീങ്ങിയത്. രേഖപ്പെടുത്തപ്പെട്ട വോട്ടിന്റെ 40 ശതമാനം പാർട്ടിക്ക് കിട്ടുകയും ചെയ്തു. പക്ഷേ, നിയമസഭാ സീറ്റു കളുടെ കാര്യത്തിൽ പാർട്ടി ദയനീയമായി പരാജയപ്പെട്ടു.

ഇതിന് രണ്ടു കാരണങ്ങളുണ്ടായിരുന്നു.

ഒന്നാമത്, 1952 ൽ എന്നപോലെ മറ്റ് ജനാധിപത്യ പ്രതിപക്ഷ ശക്തി കളുമായി ചേർന്ന് ഒരു കോൺഗ്രസ് വിരുദ്ധമുന്നണി രൂപപ്പെടുത്താൻ പാർട്ടി കൂട്ടാക്കിയില്ല. ഒറ്റക്കുനിന്ന് ജയിക്കാനും ഭരണത്തിലെ ത്താനും കഴിയുമെന്ന അമിതമായ ശുഭപ്രതീക്ഷയായിരുന്നു പാർട്ടിക്ക്.

രണ്ടാമത്, തിരഞ്ഞെടുപ്പ് പ്രചാരണം നടക്കുന്ന കാലത്താണ് സോ വിയറ്റ് നേതാക്കളായ ക്രൂഷ്ചേവും ബുൾഗാനിനും ഇന്ത്യ സന്ദർശിച്ച ത്. അവർ ഇവിടെ ഉണ്ടായിരുന്ന കാലത്ത് നടത്തിയ പ്രസംഗങ്ങൾ ജവ ഹർലാൽ നെഹ്റുവിന്റെ ഗവൺമെന്റ് തുടർന്നുപോരുന്ന നയങ്ങളെ മൊത്തത്തിൽ ശരിവെച്ചുകൊണ്ടുള്ളതായിരുന്നു. അതിന്റെ വാർത്ത പത്ര ങ്ങളിൽ ക്രമമായി വന്നിരുന്നു. പുറമെ, ക്രൂഷ്ചേവും ബുൾഗാനിനും ചെയ്ത പ്രസംഗങ്ങൾ വ്യാപകമായി അച്ചടിപ്പിച്ച് തങ്ങളുടെ തിരഞ്ഞെ ടുപ്പ് പ്രചാരണത്തിന് കോൺഗ്രസുകാർ ഉപയോഗിച്ചു. ഇത് കമ്യൂണിസ്റ്റ് പാർട്ടിക്ക് പിന്തുണ നൽകിയിരുന്നവരിൽ ഒരുവിഭാഗത്തെപ്പോലും വഴി തെറ്റിച്ചു.

ഈ രണ്ട് കാരണങ്ങൾ ഉണ്ടായിട്ടും വോട്ടിന്റെ കാര്യത്തിൽ അഭി മാനാവഹമായ ഒരു പ്രദർശനം കാഴ്ചവെക്കാൻ പാർട്ടിക്ക് കഴിഞ്ഞു വെന്നത് ശ്രദ്ധേയമാണ്. കേരളം, പശ്ചിമബംഗാൾ എന്നീ സംസ്ഥാന ങ്ങളിൽ എന്നപോലെ ആന്ധ്രയിലും പാർട്ടിയുടെ സ്വതന്ത്രമായ ശക്തി നിസ്സാരമല്ലെന്ന് ഇത് തെളിയിച്ചു.

എന്നാൽ ഭൂരിപക്ഷം നേടി അധികാരത്തിലെത്തുമെന്ന പ്രതീക്ഷ യോടെ രംഗത്തിറങ്ങിയ പാർട്ടി തിരഞ്ഞെടുപ്പിനുശേഷം നിയമസഭയിൽ നിസ്സാരമായ ഒരു ശക്തിയായി തരംതാണപ്പോൾ ആന്ധ്രയിലും രാജ്യത്ത് മറ്റെല്ലായിടത്തും പാർട്ടിമെമ്പർമാരുടെയും അനുഭാവികളുടെയും ഇട യിൽ വ്യാപകമായി നിരാശ പരന്നു. പാർട്ടിക്കകത്ത് ഉരുണ്ടുകൂടിക്കൊ ണ്ടിരുന്ന അഭിപ്രായവ്യത്യാസങ്ങൾ കൂടുതൽ മൂർച്ഛിക്കാൻ തുടങ്ങി.

കേരളത്തിൽ അച്യുതമേനോനടക്കം പാർട്ടിയുടെ ഉയർന്ന നേതാ ക്കളിൽ പലരും കോൺഗ്രസിനോടുള്ള എതിർപ്പവസാനിപ്പിച്ച് കൂടുതൽ മാർദവമുള്ള നയം അംഗീകരിക്കണമെന്ന നിലപാട് 1953 ലെ മധുരാ കോൺഗ്രസോടുകൂടി എടുക്കാൻ തുടങ്ങിയ കാര്യം ഇതിനുമുമ്പ് സൂചി പ്പിച്ചിട്ടുണ്ടല്ലോ. ആ പ്രവണതയെ കൂടുതൽ ശക്തിപ്പെടുത്താനാണ് ആന്ധ്ര തിരഞ്ഞെടുപ്പിന്റെ ഫലം ഉപകരിച്ചത്. നെഹ്റു ഗവൺമെന്റിന്റെ വിദേശനയം മാത്രമല്ല ആഭ്യന്തര സാമ്പത്തികനയങ്ങളും പുരോഗമന പരമാണെന്നും അതുകൊണ്ട് ആ ഗവൺമെന്റിനോട് സഹകരിക്കുക യാണ് ചെയ്യേണ്ടതെന്നുമുള്ള വാദം പൊന്തിവന്നു. മൂന്നാം കോൺഗ്രസ് അംഗീകരിച്ച രാഷ്ട്രീയ പ്രമേയത്തിന്റെ അലകുംപിടിയും മാറ്റണമെന്ന ആവശ്യം ഉയർന്നു. ഒൻപതു വർഷത്തിനുശേഷം പാർട്ടി പിളർന്നു രണ്ടാകുന്നതിൽ ചെന്നെത്തിയ സംഭവവികാസങ്ങളുടെ തുടക്കമായി രുന്നു ഇത്.

ഇതിനെതിരെ മൂന്നാം കോൺഗ്രസിന്റെ രാഷ്ട്രീയ പ്രമേയത്തിൽ തന്നെ ഉറച്ചുനിന്നിരുന്ന മറ്റൊരു വിഭാഗവും പാർട്ടി നേതൃത്വത്തിൽ ഉണ്ടായിരുന്നു. അവരുടെ നേതാവ് ജനറൽ സെക്രട്ടറി അജയ്ഘോഷ് തന്നെയായിരുന്നു. അദ്ദേഹത്തിന്റെ അടുത്ത അനുയായിയായാണ് ഞാൻ അന്ന് നിലകൊണ്ടത്.

പക്ഷേ, ഞങ്ങളുടേതിനെ അപേക്ഷിച്ച് കൂടുതൽ ഇടത്തോട്ട് ചായ്വു ള്ള ഒരുവിഭാഗവും പാർട്ടി നേതൃത്വത്തിലുണ്ടായിരുന്നു. സുന്ദരയ്യ, ബസവപുന്നയ്യ, സുർജീത് മുതലായവരായിരുന്നു ആ വിഭാഗത്തിലെ മുഖ്യർ. അവരും ഘോഷിനെപ്പോലുള്ളവരും ചേർന്നാണ് രാജേശ്വരറാവു വിനെയും അച്യുതമേനോനെയും പോലുള്ളവരെ എതിർത്തത്.

ഈ അഭിപ്രായവ്യത്യാസം നിലനിൽക്കുമ്പോഴാണ് നാലാം കോൺ ഗ്രസിൽ അവതരിപ്പിക്കുന്നതിനുള്ള രാഷ്ട്രീയപ്രമേയം തയാറാക്കേണ്ടി യിരുന്നത്. അതിന്റെ ഒരു കരട് സുന്ദരയ്യയെയും ബസവപുന്നയ്യയെയും സുർജീത്തിനെയും പോലുള്ളവർ തയാറാക്കി. മറ്റൊന്ന് അജയ്ഘോഷി ന്റേതായിരുന്നു (അതിനോടായിരുന്നു എനിക്ക് യോജിപ്പ്). ഇത് രണ്ടിനും

എതിരെ കോൺഗ്രസുമായി തികച്ചും യോജിച്ചുകൊണ്ടുള്ള നിലപാട് രാജേശ്വരറാവുവിനെയും അച്യുതമേനോനെയും പോലുള്ളവർ എടുത്തു.

ഈ സാഹചര്യത്തിൽ നടന്ന നാലാം കോൺഗ്രസിനുള്ള തയാറെ ടുപ്പ് വാശിയേറിയ ഒരു ഉൾപ്പാർട്ടി സമരത്തിൽ ചെന്ന് കലാശിച്ചു. നാലാം കോൺഗ്രസിന്റെ മുന്നോടിയായി നടന്ന സംസ്ഥാന സമ്മേളനങ്ങളും കീഴേത്തല സമ്മേളനങ്ങളും വാശിയേറിയ വിവാദത്തിന്റെ വേദിയായി മാറി.

കേരളത്തിൽ അന്ന് നിലവിലിരുന്ന തിരു-കൊച്ചി, മലബാർ എന്നീ പ്രദേശങ്ങളിലെ സംസ്ഥാന സമ്മേളനങ്ങൾ വാശിയേറിയ വിവാദത്തിന്റെ രംഗമായിരുന്നു. രണ്ടിടത്തെയും വാശിയേറിയ വിവാദങ്ങളുടെ അവ സാനം ചെന്നെത്തിയ നിഗമനം ഇടതുപക്ഷത്തോട് ചായ്വുള്ളതായി രുന്നു എന്നതാണ് എന്റെ ഓർമ. പക്ഷേ, ന്യൂനപക്ഷമാണെങ്കിലും വലതുപക്ഷവും ശക്തമായിരുന്നു. രൂക്ഷമായ ഉൾപ്പാർട്ടി സമരത്തിന്റെ ആദ്യത്തെ ഉദാഹരണമായിരുന്നു ഇത്.

ഇതിനെത്തുടർന്ന് നാലാം അഖിലേന്ത്യാ പാർട്ടി കോൺഗ്രസ് പാലക്കാട് വെച്ച് ചേർന്നപ്പോൾ അവിടെയും വിവാദം രൂക്ഷമായിരുന്നു. രാജേശ്വരറാവു, അച്യുതമേനോൻ തുടങ്ങിയവർ നേതൃത്വം നൽകുന്ന ചേരിക്ക് പ്രതിനിധികളിൽ ഗണ്യമായ ഒരുവിഭാഗത്തിന്റെ പിന്തുണ യുണ്ടെന്ന് വ്യക്തമായിരുന്നു. അതുകൊണ്ട് കൂടുതൽ ദോഷകരമായത് ഒഴിവാക്കുന്നതിനുവേണ്ടി സുന്ദരയ്യ മുതൽപേർ തങ്ങളുടെതായി തയാറാ ക്കിയിരുന്ന കരടുരേഖ പിൻവലിച്ചു. അജയ്ഘോഷിന്റേതിന് പിന്തുണ നൽകാൻ തീരുമാനിച്ചു. അങ്ങനെ അജയ്ഘോഷിന്റെ രേഖയും അതിനു ബദലായി രാജേശ്വരറാവു മുതൽപേരുടെ രേഖയും പ്രതിനിധികളുടെ മുമ്പിലെത്തി. ഘോഷിന്റെ രേഖയ്ക്ക് ഭൂരിപക്ഷം കിട്ടിയെങ്കിലും രാജേ ശ്വരറാവു മുതൽപേരുടേതിന് പ്രതിനിധികളിൽ മൂന്നിലൊരു ഭാഗത്തിന്റെ പിന്തുണ കിട്ടി.

അച്യുതമേനോനും ഞാനുമായുണ്ടായ ആദ്യത്തെ രാഷ്ട്രീയ ഏറ്റു മുട്ടലാണ് ഇത്. കോൺഗ്രസും കമ്യൂണിസ്റ്റുപാർട്ടിയും ചേർന്ന് ഒരു ഐക്യമുന്നണി രൂപപ്പെടുത്തണമെന്നും അത് കൂട്ടുകക്ഷി ഗവൺ മെന്റിൽ എത്തണമെന്നും വ്യക്തമാക്കുന്ന രേഖയ്ക്കാണ് അച്യുതമേ നോൻ പിന്തുണ നൽകിയത്. അത് വ്യക്തമാക്കുന്ന അദ്ദേഹത്തിന്റെ പ്രസംഗങ്ങൾ രണ്ട് വിരുദ്ധ സമീപനങ്ങൾക്ക് പ്രകടരൂപം നൽകി. ഭാവി യിൽ (1969–77 കാലത്ത്) മേനോൻ മുഖ്യമന്ത്രിയും ഞാൻ പ്രതിപക്ഷ നേതാവുമായി നിയമസഭയിൽ കാഴ്ചവെച്ച പ്രദർശനത്തിന്റെ മുന്നോടി യായിരുന്നു അത്. വ്യക്തിഗതമായി സൗഹൃദബന്ധം പുലർത്തിക്കൊ ണ്ടിരുന്നപ്പോൾപ്പോലും രാഷ്ട്രീയവും നയപരവുമായി വിരുദ്ധചേരിക ളിൽ ഞങ്ങൾ അണിനിരക്കാൻ തുടങ്ങുകയായിരുന്നു.

അച്യുതമേനോന്റെ വ്യക്തിത്വത്തെയും രാഷ്ട്രീയത്തെയും സംബ ന്ധിച്ച് എന്നെ അമ്പരപ്പിച്ചിട്ടുള്ള ഒരു കാര്യം ഇവിടെത്തന്നെ പറഞ്ഞു

വെക്കട്ടെ. നാലാം കോൺഗ്രസിൽ അദ്ദേഹം അവതരിപ്പിച്ചതും പിന്നീട് 1970 കളിൽ ഒരു പതിറ്റാണ്ടോളംകാലം പ്രയോഗത്തിൽ വരുത്തിയതുമായ കോൺഗ്രസ്–കമ്യൂണിസ്റ്റ് കൂട്ടുകെട്ടിന്റെ അനുഭവത്തെക്കുറിച്ച് അവസാനവർഷങ്ങളിൽ അദ്ദേഹം ഒരു സ്വയം വിമർശനവും നടത്താൻ എന്തുകൊണ്ട് തയാറായില്ലെന്ന് എനിക്ക് മനസിലാകുന്നില്ല.

1978–ലെ ഭട്ടിൻഡാ കോൺഗ്രസിന്റെ തീരുമാനംതൊട്ട് അദ്ദേഹത്തിന്റെ പാർട്ടി തന്നെ കോൺഗ്രസിൽനിന്ന് അകലുകയും സി പി ഐ (എം) മായി അടുക്കുകയും ചെയ്യാൻ തുടങ്ങിയിരുന്നു. ഇത് അദ്ദേഹത്തിന്റെ മൗലികമായ വീക്ഷണത്തിൽ യാതൊരു മാറ്റവും വരുത്തിയതായി തോന്നുന്നില്ല. കഴിഞ്ഞ ഒരു പതിറ്റാണ്ടുകാലത്തായി സി പി ഐ യിൽ വന്ന മാറ്റംപോലും ഉൾക്കൊള്ളാൻ കഴിയാതെ നാലാം കോൺഗ്രസ് തൊട്ട് താൻ എടുത്ത നിലപാടുകളെല്ലാം ശരിയാണെന്ന സമീപനമാണ് അദ്ദേഹം അംഗീകരിച്ചതെന്ന് അദ്ദേഹത്തിന്റെ പ്രസിദ്ധീകരിക്കപ്പെട്ട കത്തുകളിൽനിന്നും ഡയറിക്കുറിപ്പുകളിൽനിന്നും കാണുന്നു. ഇതെങ്ങനെ സംഭവിച്ചുവെന്ന് എനിക്ക് ഇന്നും അജ്ഞാതമാണ്.

5

സോവിയറ്റ് പാർട്ടിയുടെ 20-ാം കോൺഗ്രസും അതിനുശേഷവും

പാർട്ടിയുടെ 4-ാം കോൺഗ്രസ് പാലക്കാട്ട് ചേരുന്നതിന് ഏതാനും ആഴ്ചകൾക്കുമുമ്പാണ് സോവിയറ്റ് കമ്യൂണിസ്റ്റുപാർട്ടിയുടെ 20-ാം കോൺഗ്രസ് ചേർന്നത്. ലോകകമ്യൂണിസ്റ്റുപ്രസ്ഥാനം അതേവരെ തുടർന്നുപോന്ന നയസമീപനങ്ങളിൽ മൗലികമായ മാറ്റങ്ങൾ വരുത്തുന്ന കാഴ്ചപ്പാടാണ് ആ സമ്മേളനം അവതരിപ്പിച്ചത്. പോരെങ്കിൽ, ലോക കമ്യൂണിസ്റ്റുപ്രസ്ഥാനത്തിന്റെ സമുന്നത നേതാവായി അതേവരെ കണ ക്കാക്കിയിരുന്ന സ്റ്റാലിന്റെ നേതൃത്വത്തെ അടിമുടി വിമർശിക്കുന്ന ഒരു രേഖയും 20-ാം കോൺഗ്രസിൽനിന്നും പുറത്തുവന്നു. അതിനെത്തുടർന്ന് ആഗോളമായ ഒരാക്രമണംതന്നെ കമ്യൂണിസത്തിനെതിരെ അതിന്റെ ശത്രുക്കൾ അഴിച്ചുവിടുകയുണ്ടായി. കമ്യൂണിസ്റ്റുകാർക്കിടയിൽ അഭി പ്രായഭേദങ്ങൾക്കിടയാക്കിയ ഒരു സംഭവവികാസമാണത്.

സാധാരണഗതിയിൽ നാലാം കോൺഗ്രസിന്റെ ചർച്ചയ്ക്ക് ഇത് വിഷയമാവേണ്ടിയിരുന്നു. എന്തുകൊണ്ടെന്നാൽ പതിറ്റാണ്ടുകളേളം കാലം ഇന്ത്യയിലടക്കം ലോകത്തെങ്ങുമുള്ള കമ്യൂണിസ്റ്റുകാർ മുറുകെ പിടിച്ചുപോരുന്ന ധാരണകളെ അടിമുടി തകർക്കുന്ന ഒരു കാഴ്ചപ്പാടാ ണിത്.

എന്നാൽ അത്തരം യാതൊരു ചർച്ചയും നടന്നില്ല. നേരെ മറിച്ച് 20-ാം കോൺഗ്രസിൽ നടന്ന തെറ്റുതിരുത്തലുകളെ മൊത്തത്തിൽ സ്വാഗതം ചെയ്തുകൊണ്ടുള്ള ഒരു പ്രമേയം ഔപചാരികമായംഗീകരിച്ച് കോൺഗ്രസ് പിരിയുകയാണുണ്ടായത്.

എന്നാൽ, കോൺഗ്രസ് കഴിഞ്ഞ് അവിടെവെച്ച് തിരഞ്ഞെടുക്കപ്പെട്ട സെൻട്രൽ കമ്മിറ്റി 20-ാം കോൺഗ്രസിന്റെ നടപടികളിൽ ഒന്നിനെ— സ്റ്റാലിനെതിരായി നടന്ന വിമർശനത്തെ—കൂടുതൽ സവിസ്തരമായ

പരിശോധനയ്ക്ക് വിധേയമാക്കി. അതിന്റെ അടിസ്ഥാനത്തിൽ സോവി യറ്റ് പാർട്ടിയുടെ നിലപാടിനോട് വിയോജിപ്പ് പ്രകടിപ്പിക്കുന്ന ഒരു പ്രമേ യം കമ്മിറ്റി പാസാക്കി.

പക്ഷേ, അത് പൊതുജനങ്ങളുടെ അറിവിനായി പത്രങ്ങൾക്ക് കൊ ടുക്കുകയോ പാർട്ടി മെമ്പർമാരെ അറിയിക്കുകപോലുമോ ഉണ്ടായില്ല. സോവിയറ്റ് പാർട്ടിയും ഇന്ത്യൻ പാർട്ടിയുടെ സെൻട്രൽ കമ്മിറ്റിയും മാത്രം അറിയുന്ന ഒരു രേഖയായി അടുത്തകാലംവരെ അത് കിടന്നു.

രാജ്യത്ത് സോഷ്യലിസ്റ്റ് ജനാധിപത്യവും പാർട്ടിക്കകത്ത് ഉൾപ്പാർട്ടി ജനാധിപത്യവും പാലിക്കുകയെന്ന ലെനിനിസ്റ്റ് സമീപനത്തിൽനിന്ന് വ്യതിചലിച്ചുവെന്നതാണല്ലോ സ്റ്റാലിനെതിരായ മുഖ്യവിമർശനം. അതി നോട് നമ്മുടെ സെൻട്രൽ കമ്മിറ്റി യോജിച്ചു.

(സത്യം പറയുകയാണെങ്കിൽ സഹോദരപാർട്ടികൾ മിക്കതും തന്നെ അതിനോട് യോജിച്ചു. അങ്ങനെ ലോകകമ്യൂണിസ്റ്റു പ്രസ്ഥാനത്തിന്റെ പൊതുധാരണയായി അത് മാറി.)

പക്ഷേ, 20-ാം കോൺഗ്രസ് നടത്തിയ വിമർശനത്തിന്റെ രീതി യോടും ഉള്ളടക്കത്തോടും നമ്മുടെ പാർട്ടിക്ക് മൗലികമായ വിയോജിപ്പു ണ്ടായിരുന്നു. അത് വെട്ടിത്തുറന്നു പറയുന്ന ഒരു പ്രമേയമാണ് നമ്മുടെ സെൻട്രൽ കമ്മിറ്റി അംഗീകരിച്ചത്.

സോഷ്യലിസ്റ്റ് ജനാധിപത്യവും ഉൾപ്പാർട്ടി ജനാധിപത്യവും ലംഘി ക്കുന്ന കാര്യത്തിൽ സ്റ്റാലിൻ ചെയ്ത തെറ്റുകൾ തുറന്നുകാട്ടുമ്പോൾ തന്നെ, അദ്ദേഹത്തിന്റെ നേതൃത്വത്തിൽ സോവിയറ്റ് യൂണിയനും ലോക കമ്യൂണിസ്റ്റുപ്രസ്ഥാനത്തിനും അഭൂതപൂർവമായ നേട്ടങ്ങൾ ഉണ്ടായിട്ടു ണ്ടെന്ന സത്യം എടുത്തുപറയുകകൂടി ചെയ്യുന്നില്ലെന്നതാണ് 20-ാം കോൺഗ്രസിലെ വിമർശനത്തിന്റെ രീതിയിലുള്ള കാര്യമായ പിശകെന്ന് നമ്മുടെ സെൻട്രൽ കമ്മിറ്റി ചൂണ്ടിക്കാണിച്ചു.

സ്റ്റാലിൻ സോവിയറ്റ് പാർട്ടിയുടെ നേതാവായിരുന്ന കാലത്താണ് ആ രാജ്യത്തു മാത്രമല്ല ലോകത്തിലൊട്ടാകെതന്നെ ആസൂത്രിത സാമ്പ ത്തിക പുരോഗതി സാധ്യമാണെന്ന് തെളിയിക്കുന്ന ഒന്നാം പഞ്ച വത്സര പദ്ധതി തുടങ്ങിയത്. അതു നടന്ന കാലത്തെ വ്യവസായവൽക്കരണം, കാർഷിക പുന:സംഘടന എന്നിവ അതേവരെ പിന്നണിയിൽ കിടന്നി രുന്ന ആ രാജ്യത്തെ മുന്നണിയിലേക്ക് കൊണ്ടുവന്നു. അതുമൂലം ആർജി ക്കാൻ കഴിഞ്ഞ രാഷ്ട്രീയവും സൈനികവുമായ ശക്തിയാണ് ജർമനി യിലെ നാസിപ്പടയെ തുരത്തിയോടിച്ച് രാജ്യത്തെ രക്ഷിക്കാൻ സഹായി ച്ചത്. ഈ ഉജ്ജലമായ നേട്ടത്തിന്റെ അടിസ്ഥാനത്തിൽ സോവിയറ്റ് യൂണി യൻ മാത്രമല്ല ലോകകമ്യൂണിസ്റ്റുപ്രസ്ഥാനവും സ്റ്റാലിന്റെ നേതൃത്വ ത്തിൽ അത്യത്ഭുതകരമായി മുന്നേറി. ഈ സത്യം എടുത്തു പറയാതെ സ്റ്റാലിൻ ചെയ്ത തെറ്റുകളെയും കുറ്റങ്ങളെയും ഏകപക്ഷീയമായി വില യിരുത്തുകയാണ് 20-ാം കോൺഗ്രസ് ചെയ്തതെന്ന് നമ്മുടെ സെൻട്രൽ കമ്മിറ്റി ചൂണ്ടിക്കാണിച്ചു.

20-ാം കോൺഗ്രസിന്റെ വിലയിരുത്തലിൽ കടന്നുകൂടിയ മറ്റൊരു പിശകുകൂടി നമ്മുടെ സെൻട്രൽ കമ്മിറ്റി ചൂണ്ടിക്കാണിച്ചു. സ്റ്റാലിൻ എന്ന വ്യക്തിയല്ല, അദ്ദേഹത്തിന്റെ നേതൃത്വത്തിലായിരുന്ന സെൻട്രൽ കമ്മിറ്റി കൂട്ടായാണ്, സോവിയറ്റ് യൂണിയന്റെയും ലോകകമ്യൂണിസ്റ്റ് പ്രസ്ഥാനത്തിന്റെയും പുരോഗതിക്ക് വഴിതെളിയിച്ചത്. അതുകൊണ്ട് സ്റ്റാലിന്റെ നേതൃത്വത്തിലുണ്ടായിരുന്ന കാലത്തുണ്ടായ നേട്ടങ്ങൾക്കും കോട്ടങ്ങൾക്കുമൊക്കെ ഉത്തരവാദി സ്റ്റാലിനാണെന്ന് സൂചിപ്പിക്കുന്നത് അശാസ്ത്രീയമാണ്.

ഒന്നാം പഞ്ചവത്സരപദ്ധതി നടപ്പിലാക്കലും നാസിപ്പട്ടാളത്തെ തുരത്തിയോടിക്കലും ലോകകമ്യൂണിസ്റ്റുപ്രസ്ഥാനത്തെ വളർത്തിക്കൊ ണ്ടുവരലുമടക്കം രണ്ടുമൂന്നു പതിറ്റാണ്ടു കാലത്തുണ്ടായ നേട്ടങ്ങളെന്ന പോലെ സോഷ്യലിസ്റ്റ് ജനാധിപത്യവും ഉൾപ്പാർട്ടി ജനാധിപത്യവും പാലിക്കാതിരുന്ന തെറ്റും സ്റ്റാലിന്റെ നേതൃത്വത്തിലുള്ള പാർട്ടിക്ക് കൂട്ടായി വന്നു എന്നു വേണം കാണാൻ. അതുകൊണ്ട് കുറ്റമെല്ലാം സ്റ്റാലിന്റെ പേരിൽ ചാരി അദ്ദേഹത്തിന്റെ കൂടെയും കീഴിലും പ്രവർത്തിച്ചിരുന്നവരെ തടിതപ്പാനനുവദിക്കരുതെന്ന് നമ്മുടെ സെൻട്രൽ കമ്മിറ്റി ചൂണ്ടിക്കാ ണിച്ചു.

പരസ്യപ്പെടുത്താതെ നമ്മുടെ സെൻട്രൽ കമ്മിറ്റി പ്രകടിപ്പിച്ച ഇതേ അഭിപ്രായങ്ങൾ ഇറ്റാലിയൻ പാർട്ടിയുടെ നേതാവായ തോഗ്ലിയാത്തി പരസ്യമായിത്തന്നെ പ്രകടിപ്പിക്കുകയുണ്ടായി. സോവിയറ്റ് പാർട്ടിയുടെ സ്വയം വിമർശനം ആഴത്തിലിറങ്ങണമെന്നും സ്റ്റാലിന്റെ അപ്രമാദിയാ ണെന്ന സിദ്ധാന്തം ഉയർന്നുവന്ന് ജനാധിപത്യ നിഷേധത്തിൽ ചെന്നെ ത്തിയതെങ്ങനെയെന്നു കണ്ടുപിടിക്കണമെന്നും അദ്ദേഹം നിർദേശിച്ചു.

അതേ രീതിയിലല്ലെങ്കിലും മറ്റുതരത്തിൽ ലോകകമ്യൂണിസ്റ്റ് പ്രസ്ഥാനത്തിന്റെ മറ്റു നേതാക്കളും ഈ പ്രശ്നം സംബന്ധിച്ച് അഭി പ്രായ പ്രകടനങ്ങൾ നടത്തുകയുണ്ടായി. അതേത്തുടർന്ന് ലോകകമ്യൂ ണിസ്റ്റ് പ്രസ്ഥാനത്തിനകത്ത് രൂക്ഷമായ വാദവിവാദങ്ങൾ ഉയർന്നുവന്നു. അതിന്റെ വളർച്ചയെത്തിയ രൂപമാണ് ഇനി പറയാൻ പോകുന്ന സോവി യറ്റ്- ചൈനീസ് പാർട്ടികൾ തമ്മിലുണ്ടായ സംഘട്ടനം.

അതിനുമുമ്പുതന്നെ 20-ാം കോൺഗ്രസിൽ നടന്ന വിമർശനത്തിന്റെ അടിസ്ഥാനത്തിൽ പോളണ്ടിലെയും ഹംഗറിയിലെയും പാർട്ടി നേതൃത്വ ത്തിൽ അഭിപ്രായഭേദങ്ങൾ പൊട്ടിപ്പുറപ്പെടുകയുണ്ടായി. അപ്രമാദി യെന്ന് അതേവരെ കരുതപ്പെട്ടുപോന്നിരുന്ന സ്റ്റാലിൻ ഭയങ്കരമായ തെറ്റു കളും കുറ്റങ്ങളും ചെയ്തുവെന്ന് വ്യക്തമായതോടെ അദ്ദേഹത്തിന്റെ നേതൃത്വത്തിൽ രൂപപ്പെട്ട രാഷ്ട്രീയവും സംഘടനാപരവുമായ സംവിധാ നങ്ങൾക്ക് ഉലച്ചിൽ തട്ടി. സോവിയറ്റ് പാർട്ടിയും മറ്റു സഹോദര പാർട്ടി കളും തുടർന്നുപോന്ന നയസമീപനങ്ങൾ, സംഘടനാരീതികൾ എന്നിവ യ്ക്കെതിരെ അസംതൃപ്തി വർധിക്കാൻ തുടങ്ങി. പോളണ്ടിലും ഹംഗറി യിലും അത് മൂർച്ഛിച്ച രൂപത്തിലെത്തി. അതിൽത്തന്നെ ഹംഗറി സോഷ്യ

ലിസ്റ്റ് ചേരിവിട്ട് മുതലാളിത്തത്തിലേക്ക് തിരിച്ചുപോവുകയെന്ന വിപത്ത് ഉയർന്നുവന്നു. ആ സ്ഥിതിവിശേഷം നേരിടുന്നതിന് സോവിയറ്റ് യൂണിയന്റെ നേതൃത്വത്തിലുള്ള വാഴ്സാ പട്ടാളസംഖ്യത്തിന് ഹംഗറി യിൽ ഇടപെടേണ്ടിവന്നു.

ഈ സംഭവഗതികളെ സംബന്ധിച്ച് നമ്മുടെ പാർട്ടിയുടെ സെൻട്രൽ കമ്മിറ്റി തികച്ചും സോവിയറ്റ് അനുകൂലമായ നിലപാടാണെടുത്തത്. സോവിയറ്റ് പട്ടാളം ഹംഗറിയിൽ ഇടപെട്ടതിനെ ന്യായീകരിച്ചുകൊ ണ്ടുള്ള സമീപനമാണ് സെൻട്രൽ കമ്മിറ്റി അംഗീകരിച്ചത്. അതിനോട് സെൻട്രൽ കമ്മിറ്റി മെമ്പർ കൂടിയായിരുന്ന അച്യുതമേനോൻ യോജിക്കാൻ കഴിഞ്ഞില്ല. ഈ സംഭവങ്ങളിൽ തനിക്കുള്ള പ്രതിഷേധം പ്രകടിപ്പിക്കുന്ന തിന് അദ്ദേഹം പാർട്ടി മെമ്പർ സ്ഥാനം രാജി വയ്ക്കുക പോലും ചെയ്തു. എന്നാൽ പിന്നീട് അദ്ദേഹം അത് തിരിച്ചെടുത്തു.

പാലക്കാട് വെച്ച്, ചേർന്ന 4-ാം പാർട്ടി കോൺഗ്രസിൽ കോൺഗ്രസ് കമ്യൂണിസ്റ്റ് സഖ്യത്തിന്റെ വക്താവായി അച്യുതമേനോൻ പ്രത്യക്ഷപ്പെട്ട വസ്തുത ഇതിനുമുമ്പ് വിവരിച്ചിട്ടുണ്ടല്ലോ. അക്കാര്യത്തിലെന്ന പോലെ സോവിയറ്റ് പാർട്ടിയുടെ 20-ാം കോൺഗ്രസിനെ തുടർന്നു രൂപപ്പെട്ട ആ ഗോള രാഷ്ട്രീയത്തിന്റെ കാര്യത്തിലും പാർട്ടി സെൻട്രൽ കമ്മിറ്റിയുടെ ഭൂരിപക്ഷാഭിപ്രായത്തിന് എതിരായിരുന്നു അച്യുതമേനോൻ. അതിന്റെ സ്വാഭാവിക വളർച്ചയാണ് 1969 അവസാനം മുതൽ 1977 വരെ അദ്ദേഹം നയിച്ച മുഖ്യമന്ത്രിപദവും തുടർന്നുള്ള കാലത്ത് പതുക്കെ പതുക്കെയായി മാർക്സിസത്തിൽനിന്ന് ഗാന്ധിസത്തിലേക്ക് അദ്ദേഹം നീങ്ങാൻ തുടങ്ങിയതും. ആ പ്രക്രിയ എങ്ങനെ പുരോഗമിച്ചുവെന്നാണ് ഇനി വിവരിക്കാൻ പോകുന്നത്.

6

____

ഭരണവും സമരവും

പാലക്കാട് കോൺഗ്രസ് കഴിഞ്ഞ് ഏതാനും മാസങ്ങൾക്കകത്താ
ണ് എന്റെ ആദ്യത്തെ വിദേശയാത്ര നടന്നത്. ചൈനീസ് കമ്മ്യൂണിസ്റ്റ്
പാർട്ടിയുടെ എട്ടാം കോൺഗ്രസ് ബീജിങ്ങിൽ നടക്കുകയായിരുന്നു. അതി
ലേക്ക് ഇന്ത്യൻ പാർട്ടിയുടെ സൗഹാർദ സംഘത്തിന്റെ തലവനായി
എന്നെയാണ് തിരഞ്ഞെടുത്തത്. പി സി ജോഷിയും സുന്ദരയ്യയുമായി
രുന്നു സംഘത്തിലെ മറ്റംഗങ്ങൾ.

ഇത് എന്റെ ആദ്യത്തെ വിദേശ സന്ദർശനം മാത്രമായിരുന്നില്ല.
വിവിധ രാജ്യങ്ങളിലെ കമ്മ്യൂണിസ്റ്റുപാർട്ടി നേതാക്കളുമായി ബന്ധപ്പെടാ
നുള്ള ആദ്യ സന്ദർഭം കൂടിയായിരുന്നു.

സോവിയറ്റ് പാർട്ടിയുടെ പ്രതിനിധിസംഘം നേതാവായി മിക്കോയൽ
ആണ് ഉണ്ടായിരുന്നത്. മറ്റ് പാർട്ടികളിൽനിന്നും അതേപോലെ ഉയർന്ന
നേതാക്കൾ വന്നിരുന്നു. അവരിൽ പലരുമായി ബന്ധപ്പെടാൻ എനിക്ക്
കഴിഞ്ഞു.

ചൈനീസ് പാർട്ടിയുടെ സമുന്നത നേതാവായിരുന്ന ജു എൻ ലായിക്ക്
ഇന്ത്യൻ പാർട്ടി ജനറൽ സെക്രട്ടറി അജയ്ഘോഷിന്റെ ഒരു സന്ദേശ
വും ഞാൻ കൊണ്ടുപോയിരുന്നു. ഏതാനും ആഴ്ചകൾക്കകത്ത് ജു
ഇന്ത്യ സന്ദർശിക്കാനിരിക്കയായിരുന്നു. അത് ഏതാനും മാസത്തേക്ക്
മാറ്റിവയ്ക്കണമെന്ന അഭ്യർഥനയാണ് അദ്ദേഹത്തിന് ഞാൻ നൽകേണ്ട
സന്ദേശം. ഇതിനുള്ള കാരണമാകട്ടെ, ഇന്ത്യയിൽ ഒരു പൊതുതിരഞ്ഞെ
ടുപ്പ് നടക്കാൻ പോവുകയാണെന്നതായിരുന്നു. ആന്ധ്ര തിരഞ്ഞെടുപ്പ്
നടക്കുന്നതിനു മുമ്പ് ക്രുഷ്ചേവും ബുൾഗാനിനും ഇന്ത്യ സന്ദർശിച്ച
പ്പോൾ നടത്തിയ പ്രസംഗങ്ങൾ കമ്മ്യൂണിസ്റ്റു പാർട്ടിക്കെതിരായി കോൺ
ഗ്രസ് നേതാക്കൾ ഉപയോഗിക്കുകയുണ്ടായി. അതുപോലെ ജുവിന്റെ

സന്ദർശനത്തിനിടയ്ക്ക് നടത്തുന്ന പ്രസംഗങ്ങളും കമ്മ്യൂണിസ്റ്റ് പാർട്ടി ക്കെതിരായ തിരഞ്ഞെടുപ്പ് പ്രചാരണത്തിന് കോൺഗ്രസ് ഉപയോഗി ക്കുമെന്ന് ഭയപ്പെടേണ്ടിയിരിക്കുന്നു.

ഈ സന്ദേശം ഞാൻ ജൂവിന് നൽകി. പക്ഷേ, അദ്ദേഹത്തിന്റെ മറുപടി നിഷേധാത്മകമായിരുന്നു. തന്റെ സന്ദർശനത്തിനിടയ്ക്ക് നട ത്തുന്ന പ്രസംഗങ്ങൾ കമ്മ്യൂണിസ്റ്റുപാർട്ടിക്ക് യാതൊരു ദോഷവും ചെയ്യു കയില്ല, ഗുണമേ ഉണ്ടാവുകയുള്ളൂ എന്നായിരുന്നു അദ്ദേഹത്തിന്റെ നിലപാട്. അതിനോട് ഞാൻ സ്വാഭാവികമായി വിയോജിച്ചു. അങ്ങനെ ഒരു സഹോദരപാർട്ടിയുടെ നേതാവുമായി ഞാൻ നടത്തിയ ആദ്യത്തെ സംഭാഷണം നിഷേധാത്മകമായി അവസാനിച്ചു.

ഈ സംഭവംനടന്ന് ഏതാനും മാസങ്ങൾക്കകത്ത് ഇന്ത്യയിൽ രണ്ടാം പൊതുതിരഞ്ഞെടുപ്പ് നടന്നു–കേരളത്തിലെ ആദ്യത്തേതും. അജയ് ഘോഷിന്റെ ഭയം അസ്ഥാനത്തായിരുന്നില്ല. മുമ്പ് ക്രൂഷ്ചേവി ന്റെയും ബുൾഗാനിന്റെയും എന്നപോലെ ഇപ്പോൾ ജൂവിന്റെയും പ്രസംഗ ങ്ങൾ കമ്മ്യൂണിസ്റ്റുപാർട്ടിക്കെതിരായി കോൺഗ്രസ് നിർലോഭം ഉപ യോഗിച്ചു.

പക്ഷേ, ജൂവിന്റെ കണക്കുകൂട്ടലുകളിലും സത്യത്തിന്റെ അംശ മുണ്ടെന്ന് പിന്നീട് വെളിവായി. കേരളത്തിൽ കമ്യൂണിസ്റ്റുപാർട്ടിക്കുണ്ടായ തിരഞ്ഞെടുപ്പ് വിജയമാണ് ഞാൻ ഇവിടെ സൂചിപ്പിക്കുന്നത്. ഇന്ത്യയിൽ ആദ്യമായി ഒരു സംസ്ഥാനത്തിന്റെ ഭരണം കമ്മ്യൂണിസ്റ്റു പാർട്ടിയുടെ നിയന്ത്രണത്തിലാവുകയാണ്. ഒരു സംസ്ഥാനത്തിന്റെ ഭരണം കമ്മ്യൂ ണിസ്റ്റുപാർട്ടിയെ ഏൽപ്പിക്കാൻ അവിടത്തെ ജനങ്ങൾ തയാറായി എന്നാണല്ലോ ഇതിനർഥം. ആദ്യം സോവിയറ്റ് യൂണിയനിലും പിന്നീട് ചൈനയിലും നടന്ന വിപ്ലവങ്ങളുടെ അനുഭവപാഠങ്ങൾ മനസിലാക്കി ഇന്ത്യയിലും വിപ്ലവകരമായ മാറ്റങ്ങൾക്കുവേണ്ടി പോരാടുന്ന ഒരു രാഷ്ട്രീയ ശക്തിയാണ് കമ്മ്യൂണിസ്റ്റുകാരുടേതെന്ന് ജനങ്ങൾക്കു ബോധ്യ പ്പെട്ടതിനാലാണ് ഇത് നടന്നത്.

മറ്റു പല സഹോദരപാർട്ടികളുടെയും പ്രതിനിധിസംഘങ്ങളുമായി ഞങ്ങളുടെ പ്രതിനിധിസംഘം ആശയവിനിമയം നടത്തുകയുണ്ടായി. അക്കൂട്ടത്തിൽ ഒന്നാണ് പോളണ്ടിൽനിന്നുള്ള പ്രതിനിധിസംഘം. അവർ ഞങ്ങൾക്ക് ഒരു അത്താഴവിരുന്ന് നൽകി. അതിൽ പാനോപചാര പ്രസംഗം നടത്തിയ പോളിഷ് നേതാവ് ഇങ്ങനെ പറഞ്ഞു:

"ഞങ്ങൾ അധികാരത്തിലിരിക്കുന്ന പാർട്ടിയാണ്. ആ നിലയ്ക്ക് ഞങ്ങൾ ചില പ്രയാസങ്ങൾ നേരിടുന്നുണ്ട്" (സോവിയറ്റ് പാർട്ടിയുടെ 20–ാം കോൺഗ്രസിനെ തുടർന്ന് പോളണ്ടിൽ അധികാരമാറ്റവും പോളിഷ് പാർട്ടിയിൽ നേതൃമാറ്റവും നടക്കുകയുണ്ടായി. അങ്ങനെ പുതുതായി നേതൃത്വതലത്തിലെത്തിയ സഖാവാണ് ഞങ്ങൾക്ക് വിരുന്ന് നൽകു ന്നതും പാനോപചാര പ്രസംഗം നടത്തുന്നതും). അദ്ദേഹം തുടർന്നു:

"നിങ്ങളുടെ പാർട്ടി അധികാരത്തിൽ ഇല്ല. അതിന്റേതായ ചില പ്രയാസങ്ങൾ നിങ്ങൾ നേരിടുന്നു." രണ്ടു പാർട്ടികളും നേരിടുന്ന പ്രശ്ന ങ്ങൾക്ക് പരിഹാരം കാണുമെന്ന പ്രത്യാശയോടെ അദ്ദേഹം തന്റെ പാനോപചാര പ്രസംഗം അവസാനിപ്പിച്ചു.

ഇതു കഴിഞ്ഞ് ഏതാനും മാസങ്ങൾക്കകത്താണ് കേരളത്തിൽ തിര ഞ്ഞെടുപ്പ് നടന്നതും ഞാൻ മുഖ്യമന്ത്രിയായതും. പോളിഷ് സഖാവ് എടുത്തു പറഞ്ഞ രണ്ടുതരത്തിലുള്ള പ്രയാസങ്ങളും ഞാൻ നേരിടുക യായിരുന്നു.

പുതിയ ഭരണകക്ഷിയായിരുന്നതിനാൽ പഴയ ഭരണകക്ഷി സംഘ ടിപ്പിക്കുന്ന ചെറുത്തുനിൽപ്പ് പ്രസ്ഥാനം നേരിടണം. അതേ അവസര ത്തിൽ അഖിലേന്ത്യാനിലവാരത്തിൽ നോക്കുമ്പോൾ എന്റെ പാർട്ടി ഒരു പ്രതിപക്ഷ കക്ഷിയാണ്.

ഇതിലടങ്ങിയ വൈരുധ്യം ചൂണ്ടിക്കാണിച്ചുകൊണ്ട് എന്റെ ആദ്യ ത്തെ സോവിയറ്റ് സന്ദർശനാവസരത്തിൽ സോവിയറ്റ് പണ്ഡിതന്മാരിൽ ചിലർ എന്നോട് ചോദിച്ച ചോദ്യവും ഞാൻ നൽകിയ മറുപടിയും ഇപ്പോ ഴും ഓർക്കുന്നു.

"സംസ്ഥാന തലത്തിൽ മാത്രമാണെങ്കിലും നിങ്ങൾ ഭരണകക്ഷി യുടെ നേതാവാണല്ലോ. ആ നിലയ്ക്ക് നിങ്ങൾ നേരിടുന്ന പ്രശ്നങ്ങൾ എന്തെല്ലാമാണ്?" ഇതായിരുന്നു ചോദ്യം, എന്റെ ഉത്തരം:

> പ്രശ്നങ്ങൾ ഓരോന്നോരോന്നായി എണ്ണിപ്പറയാൻ മെനക്കെ ടേണ്ടതില്ല. എന്തുകൊണ്ടെന്നാൽ, ഒരു മൗലിക പ്രശ്നമുണ്ട്. സംസ്ഥാനതലത്തിൽ ഞാൻ ഭരണത്തലവനാണ്. പക്ഷേ, സം സ്ഥാനഭരണം അഖിലേന്ത്യാ ഭരണത്തിന്റെ ഭാഗമാണ്. അഖി ലേന്ത്യാ തലത്തിലാകട്ടെ, ഭരണകൂടത്തിനും ഗവൺമെന്റിനു മെതിരെ പോരാടുന്ന നേതാക്കളിൽ ഒരാളാണ് ഞാൻ. ഈ സ്ഥിതിക്ക് സംസ്ഥാനതലത്തിൽ ഭരണത്തലവനെന്ന എന്റെ സ്ഥാനം നിലനിർത്തുന്നതിനും അഖിലേന്ത്യാ പാർട്ടിയുടെ നേതാ വെന്ന നിലയ്ക്കുള്ള കടമ നിറവേറ്റുന്നതിനും എനിക്ക് വല്ലാത്ത ഞാണിന്മേൽക്കളി നടത്തേണ്ടിവരുന്നുണ്ട്.

താത്വികമായി നോക്കിയാൽ ഇന്ത്യൻ തൊഴിലാളിവർഗത്തിന്റെ രാഷ്ട്രീയ പാർട്ടിയെന്ന നിലയ്ക്ക് രാജ്യത്തിന്റെ ഭരണകൂടത്തിന് എതിരെ പോരാടിക്കൊണ്ടിരിക്കുന്ന ഒരു സംഘടനയാണ് എന്റേത്. പക്ഷേ, അതേ അഖിലേന്ത്യാ ഭരണകൂടത്തിന്റെ അഭേദ്യഭാഗമാണ് സംസ്ഥാനതലത്തിൽ എന്റെ നേതൃത്വത്തിലുള്ള ഗവൺമെന്റ്. ഇത് എന്നെ വൈരുധ്യങ്ങളുടെ നടുവിലാക്കിയിരിക്കുന്നു. അതുകൊണ്ടാണ് വളരെയേറെ ഞാണിൻമേൽക്കളി നടത്താൻ നിർബന്ധിക്കപ്പെട്ടിരി ക്കുന്നുവെന്ന് പറഞ്ഞത്.

ബുർഷ്വാ ഭരണകൂടത്തിന്റെ ചട്ടക്കൂടിനകത്ത് പ്രാദേശികതല ത്തിൽ പ്രവർത്തിക്കുന്ന ഒരു തൊഴിലാളിവർഗ ഗവൺമെന്റ് എങ്ങനെ പ്രവർത്തിക്കണമെന്നതിന് മാർക്സോ എംഗൽസോ ലെനിനോ യാ തൊരു മാർഗനിർദേശവും നൽകിയിട്ടില്ല. മനുഷ്യനുള്ള സാമാന്യബുദ്ധി ഉപയോഗിച്ച് മാർക്സിസ്റ്റ്-ലെനിനിസ്റ്റ് സിദ്ധാന്തങ്ങൾ ഇന്ത്യയിലെയും അതിന്റെ ഭാഗമായ കേരളത്തിലെയും സ്ഥിതിഗതികൾക്ക് ഒത്ത് പ്രയോ ഗിക്കുകയുമാണ് എന്റെ കടമ.

1957–59 ലെന്നപോലെ 1967–69 ലും ഇതേ പ്രശ്നം പൊന്തിവന്നു. അന്ന് കമ്യൂണിസ്റ്റ് പാർട്ടി പിളർന്ന് രണ്ടായിക്കഴിഞ്ഞിരുന്നു. സി പി ഐ (എം) ന്റെ നേതൃത്വത്തിലും സി പി ഐ യുടെ പങ്കാളിത്തത്തോടുകൂടി യുമുള്ള ഒരു ഗവൺമെന്റാണ് നിലവിൽവന്നത്. സി പി ഐ (എം)ന്റെ നേതൃത്വത്തിലുള്ള കോൺഗ്രസിതര മുന്നണിക്കകത്തെ ഒരു മാർക് സിസ്റ്റ് വിരുദ്ധ കുറുമുന്നണിയുടെ നേതാവായിരുന്നു സി പി ഐ. അതിന്റെ നേതാവായിരുന്ന എം എൻ ഗോവിന്ദൻനായരും ഞാനും തമ്മിൽ ഒരു സംവാദം നടന്നു.

"ഒന്നുകിൽ ഗവൺമെന്റിൽ ഇരുന്നു ഭരണം നടത്തണം; അതിന് സമരമുപേക്ഷിക്കണം, അല്ലെങ്കിൽ ഭരണംവിട്ട് സമരം നടത്തണം; രണ്ടുംകൂടി പറ്റുകയില്ല എന്ന് എം എൻ."

എന്റെ മറുപടി :

ഞങ്ങളുടേത് ഒരു തൊഴിലാളി വർഗപാർട്ടിയാണ്. ആ സ്ഥിതിക്ക് സമരം ഉപേക്ഷിക്കുന്ന പ്രശ്നമില്ല. അതേസമയത്ത്, ഭരണം നടത്താനുള്ള നിർദേശം ജനങ്ങൾ ഞങ്ങൾക്ക് നൽകിയിരിക്കുന്നു. അതുകൊണ്ട് ഭരണത്തിലിരുന്നുകൊണ്ടുതന്നെ ഞങ്ങൾ സമരം നടത്തും. സമരം നടത്തുമ്പോൾത്തന്നെ ഭരണത്തിൽ ഉറച്ചു നിൽക്കുകയും ചെയ്യും.

ഇത് പറയുമ്പോൾ ഞാൻ എന്റെ സ്വന്തം മനോധർമം പ്രയോഗിക്കു കയായിരുന്നില്ല. സി പി ഐ (എം) ന്റെ സെൻട്രൽ കമ്മിറ്റി ആവിഷ്ക രിച്ച നയസമീപനം വിശദീകരിക്കുകയായിരുന്നു.

1967 ലെ തിരഞ്ഞെടുപ്പ് കഴിഞ്ഞ് കേരളത്തിലും പശ്ചിമ ബംഗാ ളിലും സി പി ഐ (എം) ന്റെ നേതൃത്വത്തിൽ ഓരോ ഗവൺമെന്റ് രൂപം കൊണ്ടപ്പോൾ അവ രണ്ടും എങ്ങനെ പ്രവർത്തിക്കണമെന്ന് പാർട്ടിയുടെ സെൻട്രൽ കമ്മിറ്റി വ്യക്തമായി നിർദേശിച്ചു. ബുർഷ്വാ ചട്ടക്കൂടിനകത്ത് പ്രവർത്തിക്കുന്ന ഗവൺമെന്റുകൾ എന്ന നിലയ്ക്ക് ജനകീയ പ്രശ്ന ങ്ങൾക്ക് മുഴുവൻ പരിഹാരം കാണാമെന്ന യാതൊരു വ്യാമോഹവും വെച്ചുപുലർത്തിക്കൂടാ. അതേ അവസരത്തിൽ ബുർഷ്വാ ചട്ടക്കൂട് പൊളി യുന്നതുവരെ യാതൊന്നും ചെയ്യാൻ കഴിയുകയില്ലെന്ന നിരാശാബോധ ത്തിന് അടിമയാവുകയുമരുത്. എല്ലാ പരിമിതികൾക്കും അകത്ത് നിന്നു

കൊണ്ട് ചെയ്യാൻ കഴിയുന്നത് പരമാവധി ചെയ്യുകയും ബാക്കിയുള്ളവ ചെയ്യാൻ ശക്തി സംഭരിക്കുകയും ചെയ്യുന്നതിൽ ജനകോടികളെ അധി കമധികം അണിനിരത്തുന്നതിനുള്ള സമരായുധങ്ങളായി വേണം കേരള–ബംഗാൾ ഗവൺമെന്റുകളെ ഉപയോഗിക്കാൻ.

സി പി ഐ ആകട്ടെ, ഈ നിലപാടിനോട് യോജിച്ചില്ല. ബൂർഷ്വാ ഭരണകക്ഷിയായ കോൺഗ്രസുമായി യോജിച്ചുനിന്നാൽ എല്ലാ പ്രശ്ന ങ്ങൾക്കും പരിഹാരം കാണാമെന്ന നിലപാടാണ് അവർ എടുത്തത്. അതിന്റെ പരിണാമമാണ് സി പി ഐ(എം) നെതിരെ ആദ്യം ഒരു കുറുമുന്നണി ഉണ്ടാക്കുകയും പിന്നീട് കോൺഗ്രസ് പാർട്ടിയുമായി കൂട്ടുചേരുകയും ചെയ്ത് സി പി ഐ(എം) നേതൃത്വത്തിലുള്ള ഗവൺ മെന്റിനെ താഴ്ത്തിറക്കാൻ സി പി ഐ തീരുമാനിച്ചത്. ആ ലക്ഷ്യം സാധിച്ചപ്പോഴാകട്ടെ, ആദ്യം കോൺഗ്രസിന് നേരിട്ട് പങ്കില്ലാത്തതും പിന്നീട് കോൺഗ്രസുകൂടി ഔപചാരികമായി ഉൾപ്പെടുന്നതുമായ ഒരു ഗവൺമെന്റ് രൂപീകരിക്കാൻ സി പി ഐ തീരുമാനിച്ചു. അതിന്റെ തലവ നെന്ന നിലയ്ക്കാണ് 1969 അവസാനം തൊട്ട് 1977 ആദ്യംവരെ അച്യുത മേനോൻ മുഖ്യമന്ത്രിയായി തുടർന്നത്.

ഇതിലേക്ക് എത്തിച്ച സംഭവവികാസങ്ങൾ ഇനി പരിശോധി ക്കുന്നുണ്ട്. അതിനുമുമ്പ് ഒരു കാര്യം വ്യക്തമാക്കിക്കൊള്ളട്ടെ.

1956 ൽ നടന്ന നാലാം കോൺഗ്രസിൽ നയസമീപനം സംബന്ധിച്ച വിയോജിപ്പ് അച്യുതമേനോനും ഞാനും തമ്മിൽ പ്രകടമാവുകയുണ്ടാ യെങ്കിലും കേരളസംസ്ഥാന രൂപീകരണം, തുടർന്ന് കേരള നിയമസഭ യിലേക്കുള്ള ആദ്യത്തെ തിരഞ്ഞെടുപ്പ്, തിരഞ്ഞെടുപ്പിനെ തുടർന്ന് 28 മാസം നീണ്ടുനിന്ന കമ്യൂണിസ്റ്റ് ഗവൺമെന്റ്–ഇതിലെല്ലാം പൂർണമായി സഹകരിച്ചുകൊണ്ടാണ് ഞങ്ങൾ ഇരുവരും പ്രവർത്തിച്ചത്.

ചില കാര്യങ്ങളിൽ എന്നേക്കാൾ കഴിവുള്ള സഖാവാണ് മേനോ നെന്ന് ഞാൻ അംഗീകരിച്ചിരുന്നു. നേരെമറിച്ച്, ഭരണതലമടക്കമുള്ള രാഷ്ട്രീയപ്രശ്നങ്ങളെ സംബന്ധിച്ചിടത്തോളം എനിക്കുള്ള കഴിവ് അദ്ദേഹവും അംഗീകരിച്ചിരുന്നു. അങ്ങനെ പൂർണമായും സഹകരിച്ചു കൊണ്ടാണ് 28 മാസം ഞങ്ങൾ മന്ത്രിസഭയിൽ പ്രവർത്തിച്ചത്. ആ കാലത്തു നടന്ന കാര്യങ്ങളെ സംബന്ധിച്ച് ഞങ്ങൾ തമ്മിൽ ഒരഭിപ്രായ വ്യത്യാസവും അന്നോ പിന്നീടുള്ള കാലത്തോ പ്രത്യക്ഷപ്പെടുകയു ണ്ടായില്ല. ഇനി വിവരിക്കാൻ പോകുന്ന കമ്യൂണിസ്റ്റ് ഗവൺമെന്റിന്റെ നേട്ടങ്ങൾക്ക് തികഞ്ഞ കൂട്ടുത്തരവാദിത്വമുള്ള രണ്ട് സഖാക്കളായിരുന്നു ഞങ്ങൾ.

1957–59 കാലത്തെ കമ്യൂണിസ്റ്റ് ഗവൺമെന്റ് അധികാരഭ്രഷ്ടമായ തോടുകൂടി പഴയ അഭിപ്രായവ്യത്യാസങ്ങൾ പുതിയ രൂപത്തിൽ പ്രത്യ ക്ഷപ്പെട്ടുവെന്നത് നേരാണ് (അതിന്റെ കഥ ഇനി വിവരിക്കുന്നുണ്ട്). പക്ഷേ, 1957 ൽ കമ്യൂണിസ്റ്റ് ഗവൺമെന്റ് നിലവിൽവന്നതിൽ കൃതാർ

ഥതയും അഭിമാനവും പാർട്ടിക്കകത്തെ എല്ലാ വിഭാഗങ്ങളിലും ഉണ്ടാ
യിരുന്നു. ആ ഗവൺമെന്റിനെ മറിച്ചിടുന്നതിന് എതിരാളികൾ നടത്തുന്ന
പരിശ്രമങ്ങളെ ചെറുത്തുതോൽപ്പിക്കുമെന്ന ദൃഢനിശ്ചയത്തിന്റെ കാര്യ
ത്തിലും പാർട്ടിക്കകത്ത് പൂർണമായ യോജിപ്പായിരുന്നു. അതുകൊണ്ടാണ്
കമ്യൂണിസ്റ്റ് ഗവൺമെന്റിന്റെ നേതൃസ്ഥാനം എനിക്കും ഡെപ്യൂട്ടി നേ
താവെന്ന സ്ഥാനം അച്യുതമേനോനും ഉണ്ടായിരുന്നത്.

7

മുഖ്യമന്ത്രിയും പൊലീസ് വകുപ്പും

തെക്കുംഭാഗം മോഹനന്റെ ലേഖന പരമ്പരയിൽ മൂന്നാമ ത്തേതിന്റെ തലക്കെട്ട് ഇതാണ്; 'ആദ്യത്തെ കമ്യൂണിസ്റ്റ് മന്ത്രസഭയും ആഭ്യന്തരമന്ത്രിയും.'

തുടക്കത്തിൽ പൊലീസ് വകുപ്പിന്റെകൂടി നിയന്ത്രണമുണ്ടായിരുന്ന എന്നെ പിന്നീട് ആ വകുപ്പിൽനിന്ന് ഒഴിവാക്കിയെന്ന വസ്തുതയാണ് അതിൽ എടുത്ത് പറഞ്ഞിട്ടുള്ളത്. ആ ലേഖനത്തിന് പത്രാധിപർ കൊടുത്ത കുറിപ്പിലാകട്ടെ, "ആ വകുപ്പ് ഭരിക്കാൻ അദ്ദേഹം പ്രാപ്തന ല്ലെന്ന് തെളിഞ്ഞു." എന്ന് എഴുതിയിട്ടുണ്ട്.

മോഹനന്റെ ലേഖനപരമ്പരയിലടങ്ങിയതായി ഞാൻ നേരത്തെ ചൂണ്ടിക്കാണിച്ച 'അർധസത്യ'ങ്ങളുടെ ഒരുദാഹരണമാണിത്. എന്തു കൊണ്ടെന്നാൽ, 1967 ൽ വീണ്ടും ഞാൻ മുഖ്യമന്ത്രിയായപ്പോഴും പൊലീസ് വകുപ്പിന്റെ നിയന്ത്രണം എന്റെ കയ്യിലായിരുന്നു. 31 മാസ ത്തിനുശേഷം ആ ഗവൺമെന്റ് രാജിവെക്കുന്നതുവരെ അത് തുടരുകയും ചെയ്തു. ഈ വസ്തുത മറച്ചുവച്ച് 1957 ലെ സംഭവം മാത്രം എടുത്തു പറഞ്ഞതിനെയാണ് ഞാൻ 'അർധസത്യമെന്ന്' പറയുന്നത്.

അച്യുതമേനോനടക്കം മറ്റെല്ലാവർക്കുമെന്നപോലെ എനിക്കും ചില കഴിവുകളും കഴിവുകേടുകളുമുണ്ട്. രണ്ടിനെക്കുറിച്ചും ഞാൻ ബോധ വാനാണുതാനും. അതുകൊണ്ടാണ് മന്ത്രിസഭ രൂപീകരിച്ച് ഏതാനും ആഴ്ചകൾകകത്തുതന്നെ പൊലീസ് വകുപ്പ് കൈകാര്യം ചെയ്യുന്നതിൽ എനിക്കുള്ള കഴിവുകേട് ചൂണ്ടിക്കാണിച്ച് ആ വകുപ്പ് കൃഷ്ണയ്യർക്കു കൈമാറാനുള്ള നിർദേശം വന്നപ്പോൾ ഞാൻ അതിനെ സ്വാഗതം ചെയ്തത്.

പിന്നീട് 'വിമോചനസമരം' തുടങ്ങിയപ്പോൾ അതിൽനിന്നുളവാ

കുന്ന സ്ഥിതിവിശേഷം നേരിടുന്നതിന് ആ വകുപ്പ് കൃഷ്ണയ്യരിൽനിന്ന് അച്യുതമേനോനിലേക്ക് മാറ്റണമെന്ന നിർദേശം വന്നപ്പോൾ ഞാൻ അതിനെയും സ്വാഗതം ചെയ്തു. 'വിമോചനസമരം' തുടങ്ങുംമുമ്പുവരെ കൃഷ്ണയ്യരും ആ സമരം നടക്കുന്നകാലത്ത് അച്യുതമേനോനും വകുപ്പ് കൈകാര്യം ചെയ്തിരുന്ന രീതിയോട് അന്നെന്നപോലെ ഇന്നും എനിക്ക് മതിപ്പുണ്ട്.

പക്ഷേ, 1957 ലേതിൽനിന്ന് വ്യത്യസ്തമായി, 1967 ൽ പൊലീസ് വകുപ്പ് കൈകാര്യം ചെയ്യുന്നതിന് സംസ്ഥാന പാർട്ടി നേതൃത്വം എനിക്ക് സഹായികളെ തന്നു. പൊലീസ് അടകമമുള്ള വകുപ്പുകൾ കൈകാര്യം ചെയ്യുന്നതിൽ എന്നെ സഹായിക്കാൻ കഴിവുള്ള ഒരഭിഭാഷകനായിരുന്നു എന്റെ പ്രൈവറ്റ് സെക്രട്ടറി – ആദ്യം വർക്കല രാധാകൃഷ്ണൻ, പിന്നീട് കുഞ്ഞനന്തൻനായരും. കൂടാതെ, പൊലീസ് വകുപ്പിൽനിന്ന് വന്ന ഒരു ക്ലാർക്ക് എന്റെ സ്റ്റാഫിൽ ഉണ്ടായിരുന്നുതാനും. ഇവരുടെ സഹായ ത്തോടെയാണ് 31 മാസക്കാലം ഞാനാ വകുപ്പ് കൈകാര്യം ചെയ്തത്.

ഈ ഏർപ്പാടുണ്ടാക്കിയിരുന്നുവെങ്കിൽ, 1957–59 ൽ എനിക്ക് പൊ ലീസ് വകുപ്പ് കൈകാര്യം ചെയ്യാൻ കഴിയുമായിരുന്നില്ലേ എന്ന ചോദ്യം ഞാൻ ചോദിക്കുന്നില്ല. അത്തരം ഒരു സംവിധാനം വേണമെന്ന് സെക്രട്ട റിയേറ്റിനോ എനിക്കു തന്നെയോ അന്ന് തോന്നിയില്ലെന്നതാണ് നേര്.

ഇതിനേക്കാൾ പ്രധാനമായ മറ്റൊരു പ്രശ്നംകൂടി ഇവിടെ ഉന്നയി ക്കേണ്ടതുണ്ട്: പൊലീസ് വകുപ്പ് കൈകാര്യം ചെയ്യാനുള്ള കഴിവ് മുഖ്യ മന്ത്രിക്ക് നിർബന്ധമാണോ? മറ്റൊരുവിധത്തിൽ ചോദിച്ചാൽ, മുഖ്യ മന്ത്രിയുടെ പ്രധാന ചുമതല പൊലീസ് വകുപ്പിന്റെ മേൽനോട്ടമാണോ? അല്ലെന്നാണ് എന്റെ ഉത്തരം.

മൊത്തത്തിൽ മന്ത്രിസഭയുടെ നേതാവാണ് മുഖ്യമന്ത്രി. പൊതു ഭരണം, ആസൂത്രണം എന്നിവയൊഴിച്ച് ഒരു വകുപ്പും മുഖ്യമന്ത്രി കൈ കാര്യം ചെയ്യണമെന്നില്ല. പൊതുനയരൂപീകരണം, രൂപീകരിച്ച നയം പ്രാവർത്തികമാക്കൽ, അതിനാവശ്യമായ നിയന്ത്രണം എല്ലാ വകുപ്പു കളുടെയും മേൽ ഉണ്ടാവുക–ഇതൊക്കെയാണ് മുഖ്യമന്ത്രിക്കാവശ്യം. സംസ്ഥാനത്തിനകത്തും ഇന്ത്യയിലാകെയും ജനങ്ങളുടെ മുമ്പിൽ മന്ത്രി സഭയുടെ വക്താവായി പ്രത്യക്ഷപ്പെടുന്നത് മുഖ്യമന്ത്രിയാണ്. ഇതെല്ലാം ചെയ്യുന്ന മുഖ്യമന്ത്രിയുടെ നേതൃത്വത്തിൽ മറ്റേതു മന്ത്രിക്കും ഏത് വകുപ്പും കൈകാര്യം ചെയ്യാം.

ഇതിനുദാഹരണം അച്യുതമേനോൻ തന്നെയാണ്. 1969–77 കാല ത്ത് മുഖ്യമന്ത്രിയായിരുന്ന അദ്ദേഹം പൊലീസ് വകുപ്പ് കൈകാര്യം ചെയ്തിരുന്നില്ല. മുകളിൽ ഞാൻ പരാമർശിച്ച പൊതുഭരണം തൊട്ടുള്ള വകുപ്പുകൾ മാത്രമാണ് അദ്ദേഹം കൈകാര്യം ചെയ്തിരുന്നതെന്നാണ് എന്റെ ഓർമ. ഇതദ്ദേഹത്തിന്റെ 'കഴിവുകേട്' കൊണ്ടാണെന്ന് ബദ്ധ ശത്രുക്കൾപോലും പറയുകയില്ല. അദ്ദേഹത്തിന്റെ നേതൃത്വത്തിൽ രൂപം കൊണ്ട മുന്നണിയുടെ സ്വഭാവം നിമിത്തമാണ് കഴിയുന്നത്ര എല്ലാ

വകുപ്പുകളിൽനിന്നും ഒഴിഞ്ഞുനിന്ന് മുഖ്യമന്ത്രി സ്ഥാനത്ത് മാത്രം അദ്ദേഹം തുടർന്നത്.

ഇതുതന്നെയാണ് ആദ്യത്തെ രണ്ടുമൂന്നു മാസം ഒഴിച്ച് 1957–59 കാലത്ത് എനിക്കും ചെയ്യേണ്ടിവന്നത്. പൊലീസ് അടക്കം പ്രധാന വകു പ്പുകളുടെ ഒന്നും ചുമതല ഇല്ലാതിരുന്നതിനാൽ ഗവൺമെന്റിന്റെയും പാർട്ടിയുടെയും പൊതുനയം ആവിഷ്കരിക്കൽ, അത് പ്രയോഗത്തിൽ വരുത്തൽ എന്നീ കാര്യങ്ങളിൽ ശ്രദ്ധിക്കാൻ എനിക്ക് കഴിഞ്ഞിരുന്നു. അതിന്റെ ഭാഗമായി കേരളത്തിലും ഡൽഹിയിലും ഞാൻ നടത്തി യിരുന്ന പത്രസമ്മേളനങ്ങൾ, ഞാൻ എഴുതി തയാറാക്കിയ പ്രസ്താവ നകൾ പ്രധാനമന്ത്രി നെഹ്റുവടക്കം ഇതര കക്ഷിനേതാക്കളും മറ്റുമായി നടത്തിയ കത്തിടപാടുകൾ മുതലായവയിലൂടെ കേരളത്തിലെ കമ്മ്യൂ ണിസ്റ്റ് ഗവൺമെന്റിന്റെ വക്താവായി ഞാൻ ജനങ്ങളുടെ മുമ്പിൽ പ്രത്യക്ഷപ്പെട്ടു.

ഇതിന്റെ തുടർച്ചയായാണ് കമ്യൂണിസ്റ്റ് ഗവൺമെന്റിനെ പിരിച്ചു വിട്ടപ്പോൾ ആ സംഭവത്തിന്റെ രാഷ്ട്രീയപ്രാധാന്യം വ്യക്തമാക്കി ക്കൊണ്ട് ജനങ്ങളോട് സംസാരിക്കുന്നതിന് ഒരു അഖിലേന്ത്യാപര്യടന പരിപാടി പാർട്ടി എനിക്കുവേണ്ടി ഏർപ്പാടു ചെയ്തത്.

ഈ വിധത്തിൽ പാർട്ടിയുടെയും കമ്യൂണിസ്റ്റ് ഗവൺമെന്റിന്റെയും പ്രശസ്തി വർധിപ്പിക്കാൻ സഹായിച്ചതിനുപുറമേ ഗവൺമെന്റിന്റെ പുരോഗമന നടപടികൾക്ക് രൂപംനൽകുന്നതിലും ഞാനൊരു പ്രധാന പങ്കു വഹിച്ചു. ഉദാഹരണത്തിന്,

1)കമ്യൂണിസ്റ്റ് ഗവൺമെന്റിന്റെ നേട്ടങ്ങളിൽ പ്രധാനമാണ് കാർഷിക ബന്ധബിൽ തയാറാക്കി നിയമസഭയിൽ അവതരിപ്പിച്ച് പാസാക്കി എടുത്ത്. ഇതിൽ നിയമജ്ഞരായ മൂന്ന് മന്ത്രിമാർ–അച്യുതമേനോനും ഗൗരിയമ്മയും കൃഷ്ണയ്യരും–വഹിച്ച പങ്ക് അതിപ്രധാനമാണ്. പക്ഷേ, നിയമജ്ഞനല്ലാത്ത എന്റെ സംഭാവന എതിരാളികൾ പോലും സമ്മ തിക്കും. മദിരാശി നിയമസഭയിലും മലബാർ കുടിയായ്മ നിയമം പരിഷ്ക്കരിക്കുന്ന കാര്യം പരിശോധിക്കുന്നതിനുവേണ്ടി നിയമിക്കപ്പെട്ട കമ്മിറ്റിയിലും അംഗം എന്ന നിലയ്ക്ക് ഞാൻ ചെയ്ത പ്രവർത്തനം വിലപ്പെട്ടതാണെന്ന് പറയാൻ എനിക്ക് മടിയില്ല. അതിലൂടെ ഞാനിട്ട നയപരവും രാഷ്ട്രീയവും അടിത്തറയിന്മേലാണ് കമ്യൂണിസ്റ്റ് ഗവൺ മെന്റിന്റെ കാർഷികബന്ധബിൽ രൂപപ്പെട്ടത്.

2)ഭരണത്തിന്റെ വികേന്ദ്രീകരണം സംബന്ധിച്ച് ആഴത്തിൽ ചർച്ച കൾ നടന്നുകൊണ്ടിരുന്ന കാലത്താണ് കമ്യൂണിസ്റ്റ് ഗവൺമെന്റ് നില വിൽവന്നത്. അത് സംബന്ധിച്ച് അന്വേഷണം നടത്തി റിപ്പോർട്ട് സമർ പ്പിക്കാൻ കേന്ദ്രഗവൺമെന്റ് നിയമിച്ച ബൽവന്തറായ് മേത്താ കമ്മിറ്റി മറ്റിടങ്ങളിൽ എന്നപോലെ കേരളത്തിലും വന്ന് ഇവിടത്തെ ഗവൺ മെന്റുമായി ചർച്ചചെയ്തു. അതിനെ തുടർന്നാണ് കേരളത്തിൽ അധി കാര വികേന്ദ്രീകരണം നടത്തുന്നത് സംബന്ധിച്ച നിർദേശങ്ങൾ എന്റെ

അധ്യക്ഷതയിൽ നിയമിക്കപ്പെട്ട ഭരണപരിഷ്കാര കമ്മിറ്റിയിൽ നിന്നുവന്നത്. അവയുടെ അടിസ്ഥാനത്തിലാണ് ഒരു ജില്ലാ കൗൺസിൽ ബിൽ തയാറാക്കി നിയമസഭയിൽ അവതരിപ്പിച്ചത്. അത് പാസാക്കി യെടുക്കാൻ കഴിഞ്ഞില്ലെന്നത് നേരാണ്. പക്ഷേ, ആ വഴിക്കുള്ള ആദ്യ ത്തെ നീക്കമായിരുന്നു അത്. അതിൽ ഞാൻ പ്രധാനമായ ഒരു പങ്ക് വ്യക്തിപരമായിത്തന്നെ വഹിച്ചു.

3) അധികാര വികേന്ദ്രീകരണമടക്കം ഭരണസംബന്ധമായ പ്രശ്ന ങ്ങൾ ചർച്ച ചെയ്യുന്നതിനിടയ്ക്ക് പിന്നോക്ക ജാതികൾക്കുള്ള സംവരണം സംബന്ധിച്ച് പുതിയ ഒരു നിർദേശം ഭരണപരിഷ്കാര കമ്മിറ്റി ഉന്നയിച്ചു. പട്ടികജാതിക്കാർക്കും പട്ടികവർഗക്കാർക്കുമുള്ള സംവരണം അതേ പടി നിലനിർത്തുമ്പോൾത്തന്നെ, പിന്നോക്കജാതി സംവരണം പിന്നോക്ക ക്കാരിൽപ്പെട്ട ദരിദ്രർക്ക് മാത്രമായി വ്യവസ്ഥപ്പെടുത്തണമെന്ന നിർദേശ മാണ് ഞാനിവിടെ സൂചിപ്പിക്കുന്നത്. അത് അന്ന് കമ്യൂണിസ്റ്റ് പാർട്ടി ക്കുപോലും സ്വീകാര്യമായില്ല. പക്ഷേ, പിന്നീട് ഒരു രൂപത്തിൽ നെട്ടൂർ കമീഷൻ അംഗീകരിച്ചു. അധികം ചെല്ലുന്നതിനുമുമ്പ് അതൊരു അഖി ലേന്ത്യാ പ്രശ്നമായി ഉയർന്നു. ഇതാണ് മണ്ഡൽ കമീഷൻ റിപ്പോർട്ട്, അത് സംബന്ധിച്ച സി പി ഐ (എം) ന്റെ അഭിപ്രായം എന്ന രൂപ ത്തിൽ പ്രത്യക്ഷപ്പെട്ടത്. ഈ സംഭവവികാസങ്ങൾക്കു വഴികാട്ടിയായി രുന്നു 1958-ലെ കേരള ഭരണപരിഷ്കാര കമ്മിറ്റി റിപ്പോർട്ട്.

കൂട്ടത്തിൽ പറയട്ടെ, ആ നിലപാട് സുപ്രീംകോടതിപോലും ഇപ്പോൾ ശരിവെച്ചിരിക്കുന്നു.

4) അന്ന് പൊലീസ് വകുപ്പ് കൈകാര്യം ചെയ്തിരുന്ന മന്ത്രിയെന്ന നിലയ്ക്കും മുഖ്യമന്ത്രിയെന്ന നിലയ്ക്കും ഞാൻ ആവിഷ്കരിച്ച പൊലീസ് നയം കേരളത്തിനു മാത്രമല്ല ഇന്ത്യക്കാകെയും ഒരു വഴികാ ട്ടിയായിരുന്നു. കുറ്റക്കാരെ പിടിച്ച് ശിക്ഷിപ്പിക്കലും ക്രമസമാധാനങ്ങൾ പാലിക്കലും എന്ന ചുമതലകൾ നിറവേറ്റാൻവേണ്ടി രൂപപ്പെടുത്തിയി ട്ടുള്ള പൊലീസ്, വ്യവസായ തർക്കങ്ങളിലും കാർഷിക പ്രശ്നങ്ങളിലും ഇടപെട്ടുകൂടാ എന്നതാണ് ആ നയത്തിന്റെ സാരാംശം. ബൂർഷ്വാ-ഭൂ പ്രഭു ഭരണവർഗങ്ങൾക്കിടയിൽ എതിർപ്പ് വിളിച്ചുവരുത്തിയ ഈ നയ പ്രഖ്യാപനം തൊഴിലാളി-കർഷകാദി ബഹുജനങ്ങളുടെ പ്രക്ഷോഭ ങ്ങൾക്കും സമരങ്ങൾക്കും ഊക്കുകൂട്ടി. ആ നയത്തിൽനിന്ന് മൗലിക മായി വ്യതിചലിക്കാൻ പിന്നീടുവന്ന ഗവൺമെന്റുകൾ നന്നേ വിഷമി ച്ചു. ആ നയമാകെ തിരുത്തിക്കുറിച്ച് പഴയ കോൺഗ്രസ് ഗവൺമെന്റുക ളുടെ പാതയിലൂടെ പോകാനുള്ള പ്രവണത പൂർണരൂപത്തിലെത്തിയത് അച്യുതമേനോന്റെ നേതൃത്വത്തിൽ രൂപംകൊണ്ട മാർക്സിസ്റ്റ് വിരുദ്ധ ഗവൺമെന്റിന്റെ കാലത്താണ്. അത് അച്യുതമേനോനെപ്പോലും അസ്വ സ്ഥനാക്കിയെന്ന വിവരം മോഹന്റെ ലേഖനപരമ്പരയിലെ ആറാം ലേഖ നത്തിൽ വ്യക്തമാക്കിയിട്ടുണ്ട്. തലശ്ശേരി-പുൽപ്പള്ളി കേസിലെ പ്രതി യായിരുന്ന വർഗീസ്, ഈച്ചരവാര്യരുടെ മകൻ രാജൻ എന്നിവരുടെ

കൊലയെ സംബന്ധിച്ച് പറഞ്ഞതിനുശേഷം അച്യുതമേനോൻ തന്നെ ഒരു കത്തിൽ പറഞ്ഞതായി മോഹനൻ എഴുതുന്നു: "ഇങ്ങനെയുള്ള പലതും അക്കാലത്ത് നടന്നിട്ടുണ്ടായിരിക്കാം. രാജൻ കേസും വർഗീസ് സംഭവവും മാത്രമേ പുറത്തറഞ്ഞിട്ടുള്ളൂ എന്നായിരിക്കാം നേര്." ഇത്തരം സംഭവങ്ങൾ 1957–59 കാലത്ത് നടന്നതായി തെക്കുംഭാഗം മോഹനൻ പോലും പറയുകയില്ല.

1957–59 ലെ കമ്യൂണിസ്റ്റ് ഗവൺമെന്റിന്റെ പ്രവർത്തനത്തിന്റെ സമ ഗ്രമായ ഒരു വിലയിരുത്തലല്ല ഇത്. അത്രവരെ നിലവിലിരുന്ന കോൺ ഗ്രസ് ഗവൺമെന്റുകളുടേതിൽനിന്ന് വ്യത്യസ്തമായ ഒരു പ്രവർത്തന രീതിയും ശൈലിയും ആ ഗവൺമെന്റംഗീകരിച്ചുവെന്ന് സൂചിപ്പിക്കാ നുള്ള ചില വസ്തുതകളാണ് ഇവിടെ പറഞ്ഞത്. ഇതിൽ എനിക്കെന്ന പോലെ അച്യുതമേനോനും പങ്കുണ്ടായിരുന്നുതാനും. ഞങ്ങൾക്ക് രണ്ടു പേർക്കും മാത്രമല്ല, ബാക്കി ഒൻപത് മന്ത്രിമാർക്കും അവരെ നയിച്ചി രുന്ന സ്റ്റേറ്റ് സെക്രട്ടറിയേറ്റിനും ആ ഗവൺമെന്റിന്റെ നേട്ടങ്ങൾക്കും കോട്ടങ്ങൾക്കും ഏറിയോ കുറഞ്ഞോ പങ്കാളിത്തമുണ്ട്. അതിന്റെ ചട്ട ക്കൂടിൽ നിന്നുകൊണ്ടാണ് എന്റെ കഴിവുകളും കഴിവുകേടുകളും പരി ശോധിക്കേണ്ടത്.

എങ്കിലും അച്യുതമേനോനും ഞാനും പിന്നീട് രണ്ട് വഴിക്കുപോയി. 1967–69 ൽ എന്റെ നേതൃത്വത്തിൽ കോൺഗ്രസിതര ഗവൺമെന്റും 1969–1977 കാലത്ത് മേനോന്റെ നേതൃത്വത്തിൽ മാർക്സിസ്റ്റ് വിരുദ്ധഗ വൺമെന്റും നിലവിൽവന്നു. അതിന്റെ കഥയാണ് ഇനി വിവരിക്കാൻ പോകുന്നത്.

8

ഇന്ത്യാ-ചൈന തർക്കം

കമ്യൂണിസ്റ്റ് ഗവൺമെന്റ് അട്ടിമറിക്കപ്പെട്ടതിനെത്തുടർന്ന് എന്റെ ഒരു അഖിലേന്ത്യാപര്യടനത്തിന് പാർട്ടി ഏർപ്പാട് ചെയ്തിരുന്ന കാര്യം മുമ്പ് പറഞ്ഞിട്ടുണ്ടല്ലോ. ആ പര്യടനവേളയിൽ രണ്ട് കാര്യങ്ങൾ എന്റെ ശ്രദ്ധയിൽപ്പെട്ടു.

ഒന്നാമത്, ജനാധിപത്യവാദികൾക്കിടയിൽ കേന്ദ്ര കോൺഗ്രസ് ഗവൺമെന്റിന്റെ നടപടിയോടെതിർപ്പും കമ്യൂണിസ്റ്റുപാർട്ടിയോട് അനുഭാവവും ഉണ്ടായിരുന്നു. കോൺഗ്രസിന്റെതന്നെ ഇടത്തരം നേതാക്കളുടെയും സാധാരണ മെമ്പർമാരുടെയുമിടയിൽ കേരളഗവൺമെന്റിന്റെ നേരെ കേന്ദ്രമെടുത്ത നടപടിയിൽ അസംതൃപ്തിയുണ്ടായിരുന്നു.

രണ്ടാമത്, ഞാൻ ചെല്ലുന്നിടത്തെല്ലാം കരിങ്കൊടി കാട്ടുകയും മറ്റ് പ്രതിഷേധപ്രകടനങ്ങൾ നടത്തുകയും ചെയ്യാൻ ജനസംഘത്തിന്റെ നേതൃത്വത്തിൽ സംഘടിതമായ ശ്രമമുണ്ടായിരുന്നു; ജനസംഘം ഒഴിച്ച് മറ്റൊരു രാഷ്ട്രീയ പാർട്ടിയും (കോൺഗ്രസ് പോലും) അതിൽ പങ്കു കൊണ്ടിരുന്നില്ല.

കമ്യൂണിസ്റ്റു പാർട്ടിയുടെ ഗവൺമെന്റാണ് കേരളത്തിൽ നിലനി ന്നതും കേന്ദ്രത്താൽ പിരിച്ചുവിടപ്പെട്ടതുമെങ്കിലും കോൺഗ്രസിന്റെ ഉത്തമ പാരമ്പര്യങ്ങൾ ഉയർത്തിപ്പിടിക്കുന്ന രീതിയിലാണ് കേരള ഗവൺ മെന്റ് പ്രവർത്തിച്ചിരുന്നതെന്നും അതുകൊണ്ട് കേന്ദ്രം ആ ഗവൺമെന്റി നോട് അനീതിയാണ് കാണിച്ചതെന്നുമുള്ള വിലയിരുത്തൽ കോൺഗ്ര സിലൊരു വിഭാഗത്തിൽപ്പോലും ഉണ്ടായിരുന്നുവെന്നാണ് ഇത് സൂചി പ്പിച്ചത്.

പക്ഷേ, എന്റെ പര്യടനത്തിനിടയ്ക്കുതന്നെ സ്ഥിതിഗതികളിൽ ഒരു മാറ്റം വരുന്നതിന്റെ സൂചനയുണ്ടായിരുന്നു. ഇന്ത്യയും ചൈനയും തമ്മി

ലുള്ള അതിർത്തിപ്രദേശം സംഘർഷാത്മകമായിത്തീർന്നിരുന്നു. (ഇതിന്റെ തുടക്കം കേരള ഗവൺമെന്റ് നിലനിന്നിരുന്നപ്പോൾത്തന്നെ കാണാമായിരുന്നു. 'വിമോചന സമരം' നടക്കുന്നതിനിടയ്ക്ക് ഞാനൊരിക്കൽ പ്രധാനമന്ത്രി നെഹ്റുവിനെ കണ്ടപ്പോൾ അതിർത്തിയിലെ അസ്വാസ്ഥ്യജനകമായ സ്ഥിതിയെക്കുറിച്ച് അദ്ദേഹം എനിക്ക് വിശദീക രിച്ചു തരികയുണ്ടായി).

ഏതാനും ആഴ്ചകൾക്കകത്ത് ഇന്ത്യാ-ചൈനാ ഗവൺമെന്റുകൾ തമ്മിൽ പ്രസ്താവനാസമരം തുടങ്ങിയിരുന്നു. എന്റെ അഖിലേന്ത്യാപര്യ ടനം തുടങ്ങി അവസാനിക്കുന്നതിനു മുമ്പ് അത് കൂടുതൽ മൂർച്ഛിക്കു കയും ചെയ്തു. അങ്ങനെ തുടക്കത്തിൽ മറ്റു കാരണങ്ങളാൽ കമ്മ്യൂ ണിസ്റ്റ് വിരുദ്ധ പ്രകടനങ്ങൾ നടത്തിയിരുന്ന ജനസംഘക്കാർ ഇന്ത്യാ-ചൈനാ തർക്കത്തിൽ ശ്രദ്ധ കേന്ദ്രീകരിച്ചു.

പോരെങ്കിൽ, കോൺഗ്രസുകാരും മറ്റ് രാഷ്ട്രീയക്കാരും അതിൽ പങ്കുകൊള്ളുകയും ചെയ്തു. അതോടെയാണ് ഇന്ത്യൻ കമ്മ്യൂണിസ്റ്റു കാരെ 'ചൈനാചാര'ന്മാരായി മുദ്രകുത്തിക്കൊണ്ടുള്ള പ്രചാരണം തുടങ്ങിവച്ചത്.

ഇതിനിടയ്ക്ക്-എന്റെ അഖിലേന്ത്യാ പര്യടനം കഴിഞ്ഞ് ഏതാനും ദിവസങ്ങൾക്കകത്തു തന്നെ-കമ്മ്യൂണിസ്റ്റു പാർട്ടിയുടെ നാഷണൽ കൗൺസിലിന്റെ ഒരു യോഗം മീറത്തിൽ ചേർന്നു. രൂക്ഷമായ അഭിപ്രായ വ്യത്യാസം യോഗത്തിൽ പ്രകടമായി. പാർട്ടി പിളർപ്പിലേക്ക് നീങ്ങുക യാണെന്നുപോലും രാഷ്ട്രീയ എതിരാളികളും ബൂർഷ്വാപത്രങ്ങളും പ്രച രിപ്പിച്ചു തുടങ്ങി. കമ്മ്യൂണിസ്റ്റു പാർട്ടി നേതൃത്വം 'ചൈനാ പക്ഷപാ തി'കളും 'ഇന്ത്യൻ ദേശാഭിമാനി'കളും എന്ന നിലയ്ക്ക് വേർപിരിഞ്ഞ തായി പത്രങ്ങൾ എഴുതിക്കൂട്ടി.

പക്ഷേ, ദേശീയ കൗൺസിൽ സമ്മേളനം തെറ്റിപ്പിരിഞ്ഞില്ല. ഔപ ചാരികമായ ഐകകണ്ഠ്യത്തോടെ പ്രമേയം പാസായി. അന്ന് പാസായ പ്രമേയത്തിന്റെ സാരാംശമാണ് പിന്നീട് പാർട്ടിയിലെ 'ഇടതുപക്ഷ' വിഭാ ഗവും ഭിന്നിപ്പിനുശേഷം സി പി ഐ (എം) ഉം എടുത്തതെന്നതിനാൽ ആ നിലപാട് എന്തെന്ന് വ്യക്തമാക്കേണ്ടിയിരിക്കുന്നു.

ഇന്ത്യാ-ചൈന അതിർത്തിയുടെ കിഴക്കുഭാഗത്തെയും പടിഞ്ഞാ റൻ ഭാഗത്തെയും സ്ഥിതി വ്യത്യസ്തമാണ്. പക്ഷേ, രണ്ടിടത്തും തർക്ക മുണ്ട്. അതുകൊണ്ട് ഇരുരാജ്യങ്ങളും തമ്മിലുള്ള അതിർത്തിയുടെ എല്ലാ ഭാഗത്തും ഇന്ത്യയുടെയോ ചൈനയുടെയോ അവകാശവാദം മുഴുവൻ ന്യായമാണെന്ന് പറഞ്ഞുകൂടാ. അന്യോന്യം വിട്ടുവീഴ്ച ചെയ്യാനുള്ള സന്നദ്ധതയോടുകൂടി ഇരുരാജ്യങ്ങളുടെയും ഭരണാധികാരികൾ തമ്മിൽ സമാധാനപരമായ കുടിയാലോചനകളിൽ ഏർപ്പെടണം. ഇതിനുപകരം യുദ്ധത്തിൽകൂടി തർക്കം പരിഹരിക്കാമെന്ന നിലപാട് ഇന്ത്യയോ ചൈന യോ എടുക്കരുത്.

ഈ നിലപാടെടുത്ത കമ്യൂണിസ്റ്റുപാർട്ടി ചൈനയുടെ അവകാശ

വാദം അംഗീകരിച്ചിരിക്കുകയാണെന്ന് എതിരാളികൾ ആരോപിച്ചു. അതിർത്തിയിലെ സംഘർഷാവസ്ഥ കൂടുതൽകൂടുതൽ മൂർച്ചിക്കാൻ തുടങ്ങിയപ്പോൾ ഈ അഭിപ്രായം കമ്യൂണിസ്റ്റ് പാർട്ടിക്കകത്ത് പരക്കാൻ തുടങ്ങി. ഇന്ത്യാഗവൺമെന്റിന്റെ അവകാശവാദം നൂറു ശതമാനം ശരിയാണെന്നും അതുകൊണ്ട് ചൈനയ്ക്കെതിരായി സൈനിക നടപടികൾ എടുക്കുന്നതുപോലും ന്യായീകരിക്കാമെന്നും പാർട്ടിയിലൊരു വിഭാഗക്കാർ വാദിച്ചു. ഇന്ത്യയും ചൈനയും തമ്മിൽ അതിർത്തി തർക്കമുണ്ടെന്ന് സമ്മതിക്കുന്നതുപോലും രാജ്യദ്രോഹമാണ്. ഇന്ത്യൻ അതിർത്തി സംരക്ഷിക്കുന്നതിന് ഗവൺമെന്റെടുക്കുന്ന എല്ലാ നടപടികൾക്കും കമ്യൂണിസ്റ്റ് പാർട്ടി പിന്തുണ നൽകണം – ഈ അഭിപ്രായം പാർട്ടിക്കകത്ത് പരക്കാനിടയായി.

ഇതിനിടയ്ക്കാണ് ചൈനീസ് പ്രധാനമന്ത്രി ജൂ എൻ ലായ് ഇന്ത്യ സന്ദർശിച്ചത്. യാത്ര പുറപ്പെടുന്നതിനുമുമ്പ് ചൈനയിൽ വച്ചും ഇന്ത്യയിൽ എത്തിയതിനുശേഷവും അന്യോന്യം വിട്ടുവീഴ്ചയുടെ മനോഭാവത്തോടെ പ്രശ്നം പരിഹരിക്കാനാണ് താൻ ശ്രമിക്കുകയെന്ന് ജൂ വ്യക്തമാക്കിയിരുന്നു. ആ മനോഭാവത്തോടെയാണ് ഡൽഹിയിലിരുന്ന ദിവസങ്ങൾ മുഴുവൻ ഇന്ത്യാ ഗവൺമെന്റിന്റെ വക്താക്കളുമായി ജൂ സംഭാഷണം നടത്തിയത്.

എന്നാൽ, ഇന്ത്യാഗവൺമെന്റിന്റെ പ്രതികരണം നിഷേധാത്മകമായിരുന്നു. ഗവൺമെന്റ് പൊതുവിലും മന്ത്രിമാരിലൊരു വിഭാഗം വിശേഷിച്ചും ഒത്തുതീർപ്പിന് തികച്ചും എതിരായിരുന്നു. അവരുടെ സമ്മർദം നിമിത്തം നെഹ്റുവും പ്രശ്നം പരിഹരിക്കാൻ സഹായകരമായ നിലപാടെടുക്കാൻ കഴിയാതെ നിസ്സഹായത പ്രകടിപ്പിച്ചു. അങ്ങനെ ജൂ വെറും കയ്യോടെ മടങ്ങി.

ഇതോടെ കാര്യങ്ങൾ അവസാനിച്ചിരുന്നുവെങ്കിൽ, അതിർത്തി ത്തർക്കം രൂക്ഷമാവുമായിരുന്നില്ല. സൈനികമായും സ്ഥിതി വഷളാവുകയായിരുന്നു. ഇരുസൈന്യങ്ങളുടെയും ചില വിഭാഗങ്ങൾ തമ്മിൽ സായുധമായ ഏറ്റുമുട്ടലുകൾതന്നെ നടന്നു. അതൊഴിവാക്കി അതിർ ത്തിയിൽ സമാധാനം സ്ഥാപിക്കാൻ നോക്കുന്നതിനുപകരം ഇന്ത്യൻ സേനാ വിഭാഗം പ്രകോപനപരമായി പെരുമാറാൻ തുടങ്ങി.

ഇത് ചൈനീസ് അധികൃതരെ ക്ഷോഭിപ്പിച്ചു. വൻതോതിൽ ഒരു പടനീക്കം തന്നെ ഇന്ത്യൻ പട്ടാളത്തിനെതിരെ ചൈനീസ് പട്ടാളം സംഘടിപ്പിച്ചു. 'അക്രമി ചൈന'യെ നേരിടാൻ ഇന്ത്യാക്കാരാകെ യോജിക്കണമെന്ന ആഹ്വാനം നെഹ്റുവും സഹപ്രവർത്തകരും നടത്തി. ചൈനാ വിരോധത്തിന്റേതായ ഒരു അപസ്മാരംതന്നെ ഇളക്കിവിടപ്പെട്ടു. അതിന്റെ പ്രതിഫലനം കമ്യൂണിസ്റ്റുപാർട്ടിക്കകത്തുപോലും കാണാമായിരുന്നു.

ഈ സാഹചര്യത്തിലാണ് 1962 നവംബറിൽ നാഷണൽ കൗൺസിലിന്റെ ഒരു യോഗം ചേർന്നത്. അന്നത്തെ പാർട്ടിനേതൃത്വത്തിനകത്ത് 'രാജ്യസ്നേഹികളും ചൈനാചാരന്മാരും' തമ്മിൽ വ്യക്തമായ വിഭജനം

തന്നെ വന്നു. വാശിയേറിയ വിവാദവും വോട്ടെടുപ്പും നടന്നു. ഭൂരിപക്ഷ ത്തിന്റെ പിൻബലത്തോടെ 'ചൈനാചാരന്മാരു'ടേതിനെതിരായ പ്രമേയം പാസായി.

പരാജയപ്പെട്ട ന്യൂനപക്ഷത്തിന്റെ പ്രതിനിധികളിൽ ഭൂരിപക്ഷം നാഷണൽ കൗൺസിലിന്റെ ഭാരവാഹികൾ എന്ന സ്ഥാനം രാജിവെച്ചു. (രാജി വയ്ക്കാത്ത ഈ ലേഖകനും ഭൂരിപക്ഷ നിലപാട് അംഗീകരിച്ചി രുന്നില്ല). അങ്ങനെ നിർണായകമായ ആ നാഷണൽ കൗൺസിൽ യോഗ ത്തോടെ പാർട്ടിയുടെ ഭിന്നിപ്പ് തുടങ്ങി.

ഇന്ത്യ-ചൈന ഗവൺമെന്റുകളുടെ നിലപാടുകളിൽ ഏത് ശരി, ഏത് തെറ്റ് എന്ന കാര്യത്തിലായിരുന്നില്ല നാഷണൽ കൗൺസിൽ യോഗം വിരുദ്ധ നിലപാടുകളെടുത്ത്. 'ചൈനാചാരന്മാ'രായി കണക്കാക്കപ്പെ ട്ടിരുന്ന വിഭാഗംപോലും ചൈനീസ് ഗവൺമെന്റിന്റെ അവകാശവാദം നൂറു ശതമാനവും അംഗീകരിച്ചിരുന്നില്ല. ഇന്ത്യാ ഗവൺമെന്റിന്റെ അവകാ ശവും നൂറു ശതമാനവും ശരിയല്ലെന്ന് മാത്രമേ അവർ പറഞ്ഞിരുന്നുള്ളൂ.

ഇരുരാജ്യങ്ങളും തമ്മിൽ അതിർത്തി സംബന്ധിച്ച് തർക്കമുണ്ട്. അത് പരിഹരിക്കാൻ സൈനിക നടപടികൾ എടുക്കുന്നതിനുപകരം സമാ ധാനപരമായ കൂടിയാലോചനകളിൽ ഏർപ്പെടണം – ഇതായിരുന്നു അവരുടെ വാദം.

മറുഭാഗമാകട്ടെ, അതിർത്തി തർക്കം പരിഹരിക്കുന്നതിന് സൈനിക നടപടികൾ എടുക്കുന്ന ഗവൺമെന്റിന് പിന്തുണനൽകി. ഇതാണ് ഭിന്നി പ്പിലെത്തിയത്.

ഏതാനും ദിവസത്തിനകത്തുതന്നെ ഇന്ത്യാഗവൺമെന്റിന്റെയും കമ്യൂണിസ്റ്റു പാർട്ടിയിലെ വലതുവിഭാഗത്തിന്റെയും രാഷ്ട്രീയ നിലപാ ടിന്റെ പാപ്പരത്തം വ്യക്തമായി. ഇന്ത്യൻ പട്ടാളത്തെ കുറേ ദൂരത്തേക്ക് തുരത്തിയോടിച്ചതിനുശേഷം ചൈനീസ് പട്ടാളം പിൻവാങ്ങി. സമാധാ നപരമായ കൂടിയാലോചനകളിലൂടെ പ്രശ്നം പരിഹരിക്കണമെന്ന നിർദേ ശവും ചൈനീസ് ഗവൺമെന്റ് ഉന്നയിച്ചു. പക്ഷേ, അത് സ്വീകരിച്ച് കൂടി യാലോചന തുടങ്ങുന്നതിനുപകരം "ചൈന കയ്യടക്കി വച്ചിട്ടുള്ള പ്രദേശ ങ്ങളിൽനിന്ന് മുഴുവൻ അവരുടെ പട്ടാളത്തെ പിൻവലിക്കണ"മെന്ന ഒരു പ്രമേയം പാർലമെന്റ് പാസാക്കി.

ഈ നിലപാടിന്റെ പാപ്പരത്തം മനസിലാക്കി അതിർത്തി സംബ ന്ധിച്ച കൂടിയാലോചനകൾ പുനരാരംഭിക്കാൻ രണ്ട് പതിറ്റാണ്ടിലേറെ ക്കാലം പിടിച്ചു. പക്ഷേ, എത്രകാലം നീണ്ടാലും ചർച്ചയിലൂടെ പരിഹാരം കാണുകയെന്ന സമീപനത്തിലേക്ക് ഇന്ദിരാഗാന്ധിയുടെ കാലം മുതൽ ക്കെ ഇന്ത്യാ ഗവൺമെന്റ് നീങ്ങാൻ തുടങ്ങിയിരുന്നു; ഇപ്പോഴും അത് തുടരുകയാണുതാനും.

ഇനി വിവരിക്കാൻ പോവുന്ന മറ്റ് കാര്യങ്ങളിലെന്നപോലെ ഇന്ത്യാ -ചൈനാ തർക്കത്തിലും അച്യുതമേനോനും ഞാനും രണ്ടറ്റത്താണ് നിന്നിരുന്നത്. അദ്ദേഹമൊരു 'രാജ്യസ്നേഹി'യായിരുന്നു (1962−63

കാലത്ത്, 'ചൈനാചാര'ന്മാരെ അറസ്റ്റു ചെയ്ത് തടങ്കലിൽ വച്ചപ്പോൾ അദ്ദേഹവും അതിൽപ്പെട്ടുവെന്നത് വേറേ കാര്യം); ഞാനൊരു 'ചൈനാ ചാരനും.' ഈ രണ്ടു നിലപാടുകളിൽ ഏത് ശരി, ഏത് തെറ്റ് എന്ന് മേനോൻ ജീവിച്ചിരുന്ന കാലത്തുതന്നെ വ്യക്തമായിരുന്നു.

എങ്കിലും മറ്റ് പല കാര്യങ്ങളിലുമെന്നപോലെ ഇതിലും തനിക്ക് തെറ്റുപറ്റിയെന്ന് അദ്ദേഹം മനസിലാക്കിയതായി തോന്നുന്നില്ല. ഞാനട ക്കമുള്ള ഇടതുപക്ഷക്കാരെ ചൈനാപക്ഷപാതികളാക്കി മുദ്രകുത്തുന്ന സമീപനമംഗീകരിക്കാതെ ഞങ്ങളുമായി ഒന്നിച്ചുനിന്ന് പ്രവർത്തിക്കാൻ സി പി ഐ ക്കാർ തയാറായിരുന്നുവെങ്കിൽ അസുഖകരമായ അനന്തര കാല സംഭവങ്ങൾ ഒഴിവാക്കാൻ കഴിയുമായിരുന്നില്ലേ എന്ന് അദ്ദേഹം പരിശോധിച്ചതായി തോന്നുന്നില്ല.

9

ആഗോള കമ്യൂണിസം ഭിന്നിപ്പിൽ

ഇന്ത്യാ-ചൈനാ തർക്കംപോലെ ലോകകമ്യൂണിസ്റ്റുപ്രസ്ഥാന ത്തിന്റെ സ്ഥിതിയും കമ്യൂണിസ്റ്റുപാർട്ടിക്കകത്ത് വിവിധ ചിന്താഗതി കൾക്ക് രൂപം നൽകി.

സോവിയറ്റ് പാർട്ടിയുടെ 20-ാം കോൺഗ്രസിൽ ചർച്ച ചെയ്ത പ്രശ്ന ങ്ങളെക്കുറിച്ച് ഇതിനുമുമ്പ് പരാമർശിച്ചിട്ടുണ്ടല്ലോ. അതിൽ ഒന്നായ സ്റ്റാലിൻ പ്രശ്നത്തിൽ സോവിയറ്റ് പാർട്ടിയുടേതിൽനിന്ന് വ്യത്യസ്ത മായ സമീപനം ഇന്ത്യൻ പാർട്ടി അംഗീകരിച്ച കാര്യവും പറഞ്ഞുകഴി ഞ്ഞു. എന്നാൽ മറ്റ് കാര്യങ്ങളിൽ ഒരു വിയോജിപ്പും ഇന്ത്യൻ പാർട്ടി ഔപചാരികമായി പ്രകടിപ്പിക്കുകയുണ്ടായില്ല. അവയെ പൊതുവെ, സ്വാഗതം ചെയ്ത പ്രതീതിയാണ് ഉളവായത്.

എന്നാൽ, അക്കാലത്തുതന്നെ ചൈനീസ് പാർട്ടിക്ക് പല കാര്യങ്ങ ളിലും വിയോജിപ്പുണ്ടായിരുന്നു. അത് അവർ ഉഭയപാർട്ടി ചർച്ചയെന്ന നിലയ്ക്ക് പ്രകടിപ്പിക്കുകയും ചെയ്തിരുന്നു. നാല് വർഷങ്ങളോളം രഹ സ്യമായി വെച്ച ആ വിയോജിപ്പ് 1960 ൽ പ്രകടമായി.

ക്രൂഷ്ചേവിന്റെ നേതൃത്വത്തിൽ സോവിയറ്റ് പാർട്ടി അംഗീകരിച്ചത് റിവിഷനിസ്റ്റ് സമീപനമാണെന്ന് പരസ്യമായി ആരോപിച്ച് ചൈനീസ് പാർട്ടിയുടെ താത്വിക മുഖപത്രം ദീർഘമായ ഒരു ലേഖനമെഴുതി, അതോ ടെ പരസ്യമായ വിവാദം ഉദ്ഘാടനം ചെയ്തു. സോവിയറ്റ് പാർട്ടി റിവി ഷനിസ്റ്റാണെന്ന് ആരോപിക്കുന്ന ചൈനീസ് പാർട്ടി വരട്ടുതത്വവാദികളും ഇടതുപക്ഷ സമീപനക്കാരുമാണെന്ന് സോവിയറ്റ് പാർട്ടി ആക്ഷേപിച്ചു. ഇരുപാർട്ടികളും തമ്മിൽ ആരോപണ പ്രത്യാരോപണങ്ങൾ വ്യാപകമായി വന്നു.

ഈ സ്ഥിതിഗതിയെപ്പറ്റി ആശയവിനിമയം നടത്തുന്നതിന് 1960 നവം

ബെറിൽ മോസ്കോവിൽ ലോകകമ്യൂണിസ്റ്റ് സമ്മേളനം ചേർന്നു. ഇന്ത്യ യിലേതടക്കം 81 സഹോദര പാർട്ടികൾ അതിൽ പങ്കെടുത്തു. മൂന്നാഴ്ച യിലേറെ നീണ്ടുനിന്ന സമ്മേളനം രൂക്ഷമായ വിവാദങ്ങളുടെ പര്യവ സാനം എന്ന നിലയ്ക്ക് ഒരു പൊതുപ്രസ്താവന അംഗീകരിച്ചു.

ഏകകണ്ഠമായാണ് അതംഗീകരിച്ചതെങ്കിലും സമ്മേളനം പിരിഞ്ഞ് ദിവസങ്ങൾക്കുള്ളിൽ പൊതുപ്രസ്താവനയുടെ ഉള്ളടക്കം വ്യാഖ്യാനി ക്കുന്ന കാര്യത്തിൽ അഭിപ്രായഭേദം പൊട്ടിപ്പുറപ്പെട്ടു. അങ്ങനെ സമ്മേ ളനത്തിനുമുമ്പ് നടന്നിരുന്ന ആരോപണ പ്രത്യാരോപണങ്ങളുടേതായ പ്രചാരവേല ഇരുഭാഗവും പുതിയ രൂപത്തിൽ നടത്തി.

ഈ സംഭവവികാസങ്ങൾ ഇന്ത്യൻ പാർട്ടിക്കകത്തെ അഭിപ്രായഭേദ ങ്ങളെ കുറേക്കൂടി മൂർച്ഛിപ്പിച്ചു. നാലാം കോൺഗ്രസിൽ നടന്ന ചർച്ച യിൽ കോൺഗ്രസ്-കമ്യൂണിസ്റ്റ് ഐക്യത്തിനുവേണ്ടി വാദിച്ച സഖാക്കൾ സോവിയറ്റ് നിലപാട് ശരിവെയ്ക്കുകയും ചൈനയുടേതിനെ അപലപി ക്കുകയും ചെയ്തു (അതിൽ അച്യുതമേനോനും പെടും). കോൺഗ്ര സിനെതിരെ വിപ്ലവപ്രതിപക്ഷമായി പ്രവർത്തിക്കണമെന്ന് വാദിച്ച സഖാ ക്കൾ (അതിൽ ഈ ലേഖകനും പെടും) സോവിയറ്റ് സമീപനത്തെ എതിർത്തു.

എന്നാൽ നാലാം കോൺഗ്രസിൽ വിപ്ലവ പ്രതിപക്ഷമായി പ്രവർത്തി ക്കണമെന്ന് വാദിച്ചവരിൽത്തന്നെ ഒരു വിഭാഗം (ഇതിൽ കേരളത്തിൽ നിന്നുള്ള എം എൻ ഗോവിന്ദൻനായർപെടും) ചുവടുമാറ്റി; ഇന്ത്യാ- ചൈനാ തർക്കം അവരെ വളരെയേറെ ബാധിച്ചു. ചൈനാവിരോധമെന്ന അപസ്മാരത്തിന് ഇരയായ അവർ ആദ്യം അതിർത്തി പ്രശ്നത്തിൽ പ്രകടിപ്പിച്ചിരുന്ന ചൈനാവിരോധം പിന്നീട് സോവിയറ്റ്-ചൈനാ വിവാ ദത്തിന്റെ പ്രശ്നത്തിലേക്കും വ്യാപിപ്പിച്ചു.

അങ്ങനെ പാർട്ടി നേതൃത്വത്തിനകത്തെ ബലാബലത്തിൽ ഒരു മാറ്റം വന്നു: നാലാം കോൺഗ്രസിന്റെ സമയത്ത് ന്യൂനപക്ഷമായിരുന്നതും അച്യുതമേനോൻ ഉൾക്കൊള്ളുന്നതുമായ വലതുവിഭാഗം ഭൂരിപക്ഷ ത്തിന്റെ വക്കോളമെത്തി. അങ്ങനെ കൂടുതൽ ശക്തിപ്പെട്ട വലതുവിഭാ ഗവും ദുർബലമായിത്തീർന്ന ഇടതുവിഭാഗവും തമ്മിലാണ് ഏറ്റുമുട്ട ലെന്നു വന്നു.

ഇവിടെ ഒരു കാര്യം വ്യക്തമാക്കേണ്ടതുണ്ട്. പാർട്ടി നേതൃത്വത്തി നകത്ത് വലത്, ഇടത് എന്ന വ്യക്തമായ രണ്ടുചേരികൾ മാത്രമല്ല ഉണ്ടാ യിരുന്നത്. ഇടതിൽത്തന്നെ ന്യൂനപക്ഷമായ ഒരു വിഭാഗമുണ്ടായിരുന്നു. (അതിലാണ് ഈ ലേഖകൻ പെട്ടിരുന്നത്).

അവർ നാലാം കോൺഗ്രസിൽ എടുത്ത വിപ്ലവപ്രതിപക്ഷമെന്ന നിലപാട് തുടരുകയും ആ നിലയ്ക്ക് വലതുപക്ഷത്തെ എതിർക്കുകയും ചെയ്തു. ഇന്ത്യയിലെ കോൺഗ്രസ് ഗവൺമെന്റിന് കലവറയില്ലാത്ത പിന്തുണ നൽകുന്ന സോവിയറ്റ് പാർട്ടിയുടെ സമീപനത്തിന് അവർ എതിരായിരുന്നു. അക്കാരണത്താൽ ചൈനീസ് പാർട്ടിയോട് അവർക്ക്

ചായ്വുണ്ടായിരുന്നു. സോവിയറ്റ് പാർട്ടിയുടെ 20-ാം കോൺഗ്രസിൽ പ്രകടമായ റിവിഷനിസ്റ്റ് സമീപനത്തെ എതിർക്കുന്നതിൽ ചൈനീസ് പാർട്ടി വഹിച്ച പങ്കിനെ അവർ ശ്ലാഘിക്കുകയും ചെയ്തു.

പക്ഷെ, ചൈനീസ് പാർട്ടി എടുത്ത നിലപാടിനെ പൂർണമായും പിന്താങ്ങാൻ അവർ തയാറില്ലായിരുന്നു. അതിൽ വരട്ടുതത്വവാദത്തി ന്റെയും സെക്ടേറിയനിസത്തിന്റെയും കലർപ്പുണ്ടായിരുന്നുവെന്നാണ് അവർ അഭിപ്രായപ്പെട്ടത്.

ഈ പശ്ചാത്തലത്തിലാണ് 81 പാർട്ടികളുടെ സമ്മേളനത്തിലേക്ക് ഇന്ത്യൻ പാർട്ടിയുടെ പ്രതിനിധികളെ നിശ്ചയിച്ചത്. അഞ്ചംഗ പ്രതിനിധി സംഘത്തിൽ രണ്ടുപേർ അജയ്ഘോഷും ഡാങ്കെയും—തുറന്ന വലതു പക്ഷ ചിന്താഗതിക്കാരായിരുന്നു. ഒരാൾ (രാമമൂർത്തി) തുറന്ന ഇടതുപ ക്ഷക്കാരനായിരുന്നു. രണ്ടുപേർ (ഭൂപേശ് ഗുപ്തയും ഈ ലേഖകനും)— ചില കാര്യങ്ങളിൽ വിയോജിപ്പോടുകൂടി ഇടതുപക്ഷത്തിന്റെ കൂടെ നിന്നു.

മോസ്കോവിലേക്ക് പോയ പ്രതിനിധിസംഘത്തിന്റെ ഈ രാഷ്ട്രീയ സ്വഭാവം അവർ തിരിച്ചുവന്നതിനുശേഷം നാഷണൽ കൗൺസിൽ യോഗ ത്തിൽ സമർപ്പിച്ച റിപ്പോർട്ടിലും പ്രകടമായി. പ്രതിനിധിസംഘം കൂട്ടായി തയാറാക്കിയ ഒരു റിപ്പോർട്ട് ഇല്ലായിരുന്നു. അഞ്ചുപേരും താന്താങ്ങ ളുടെ നിലപാട് വിശദീകരിക്കുന്ന സ്വന്തം റിപ്പോർട്ടുകളാണ് സമർ പ്പിച്ചത്.

ഇതിൽനിന്ന് ഒരു കാര്യം വ്യക്തമായി: ആഗോള കമ്മ്യൂണിസ്റ്റ് പ്രസ്ഥാ നത്തിൽ പൊട്ടിപ്പുറപ്പെട്ട ഭിന്നിപ്പ് ഇന്ത്യൻ പാർട്ടിയെയും ബാധിച്ചിരി ക്കുന്നു. എന്നാൽ ആഗോള കമ്മ്യൂണിസ്റ്റുപ്രസ്ഥാനത്തിലെന്നപോലെ സോവിയറ്റ് ചേരി, ചൈനാ ചേരി എന്ന രണ്ട് വ്യക്തമായ വിഭാഗങ്ങളല്ല ഇവിടെ ഉണ്ടായിരുന്നത്. രണ്ടിനും ഇടയ്ക്ക്, രണ്ടിൽനിന്നും വ്യത്യസ്ത മായി, ഒരു വിഭാഗം കൂടി ഇവിടെ ഉണ്ടായിരുന്നു. അതാണ് പിന്നീട് മധ്യ വർത്തിഗ്രൂപ്പെന്ന് ബുർഷ്വാ പത്രങ്ങൾ വിശേഷിപ്പിച്ച വിഭാഗമായി വളർന്നുവന്നത്.

പക്ഷേ, അന്നേക്ക് ഭൂപേശ് ഗുപ്ത വലതുപക്ഷത്തേക്ക് ചായ്വ് കാണിക്കാൻ തുടങ്ങിയിരുന്നു. മർമപ്രധാനമായ നാഷണൽ കൗൺ സിൽ യോഗത്തിൽനിന്ന് ഇറങ്ങിപ്പോയ 32 ഇടതുപക്ഷ മെമ്പർമാരുടെ കൂട്ടത്തിൽപ്പെട്ടിരുന്ന അദ്ദേഹം ഏതാനും മാസങ്ങൾക്കകത്ത് പാർട്ടി പിളർന്നപ്പോൾ സി പി ഐയിൽ ചേർന്നു. അന്തരിക്കുന്നതുവരെ ആ പാർട്ടിയിൽത്തന്നെ അദ്ദേഹം നിന്നു.

ഈ സംഭവങ്ങൾ നടന്നിട്ട് നാല് പതിറ്റാണ്ടിലേറെയായിരിക്കുന്നു. അതിനെത്തുടർന്ന് നടന്ന സമരത്തിന്റെ ചരിത്രം ഇവിടെ പരിശോധി ക്കുന്നില്ല. പക്ഷേ, ആ ചരിത്രത്തിൽനിന്ന് ഒരു പാഠം പഠിക്കാനുണ്ട്.

ഈ ലേഖകനടക്കം പല സഖാക്കളും അന്നുതന്നെ ചൂണ്ടിക്കാണി ച്ചതുപോലെ, സോവിയറ്റ് പാർട്ടിയുടെയോ ചൈനീസ് പാർട്ടിയുടെയോ നിലപാട് പൂർണമായും ശരിയായിരുന്നില്ല. രണ്ടിൽ ഏതെങ്കിലും ഒന്നി

നോട് പൂർണമായ ചായ്‌വ് കാണിക്കാൻ മാർക്സിസ്റ്റ്-ലെനിനിസ്റ്റു കാർക്ക് സാധ്യമല്ല.

എന്തുകൊണ്ടെന്നാൽ, അന്ന് ചൈനീസ് പാർട്ടി ചൂണ്ടിക്കാണിച്ചതുപോലെ, സോവിയറ്റ് പാർട്ടിയുടെ നിലപാട് തികച്ചും റിവിഷനിസ്റ്റ് ആയിരുന്നു. അതാണ് നാല് പതിറ്റാണ്ടുകൾക്കുശേഷം സോവിയറ്റ് യൂണിയന്റെയും കിഴക്കൻ യൂറോപ്യൻ സോഷ്യലിസ്റ്റ് രാജ്യങ്ങളുടെയും തകർച്ചയിൽ കലാശിച്ചത്.

അതേ അവസരത്തിൽ ചൈനീസ് പാർട്ടിയുടെ അന്നത്തെ സമീപനം വരട്ടുതത്വവാദത്തിന്റേതും സെക്ടേറിയനിസത്തിന്റേതുമായിരുന്നു. അതിന്റെ വിശ്വരൂപമാണ് പിന്നീട് മൗവിന്റെ നേതൃത്വത്തിൽ രൂപപ്പെട്ട 'സാംസ്കാരികവിപ്ലവം.' ചൈനയിലെ പാർട്ടിക്കും ജനങ്ങൾക്കും മഹാ ദുരന്തമായിത്തീർന്ന ആ സംഭവവികാസത്തെ പാർട്ടി നേതൃത്വം സ്വയം വിമർശനപരമായി വിലയിരുത്തുകയും തിരുത്തുകയും ചെയ്തിട്ടുണ്ട്.

സോവിയറ്റ് പാർട്ടി പ്രതിനിധാനം ചെയ്ത റിവിഷനിസം, ചൈനീസ് പാർട്ടിയുടെ വരട്ടുതത്വവാദവും സെക്ടേറിയനിസവും–ഇവ രണ്ടിനുമെതിരെ ഉറച്ചു നിന്ന് പോരാടിയാൽ മാത്രമേ മാർക്സിസം–ലെനിനിസത്തിന്റെ വിജയപതാക ഉയർത്തിപ്പിടിക്കാൻ കഴിയൂ.

ഇതാണ് അന്നത്തെ ഇന്ത്യൻ ഇടതുപക്ഷ കമ്യൂണിസ്റ്റുകാർ സി പി ഐ (എം) ആയി മാറിയപ്പോൾ ചെയ്തത്. മാർക്സിസം–ലെനിനിസത്തിനകത്തെ വലത്–ഇടത് ചിന്താഗതികൾക്ക് രണ്ടിനുമെതിരെ മാർക്സിസം–ലെനിനിസത്തെ ആസ്പദമാക്കി പോരാടുമെന്ന് പ്രതിജ്ഞ ചെയ്തുകൊണ്ടാണ് സി പി ഐ(എം) രൂപപ്പെട്ടതുതന്നെ. അതുകൊണ്ട് ക്രൗഷ്ചേവിന്റെയും ബ്രഷ്നേവിന്റെയും ഗോർബച്ചേവിന്റെയും കാല ത്താകെ അവർ പ്രതിനിധാനം ചെയ്ത റിവിഷനിസത്തെ എതിർക്കു മ്പോൾതന്നെ, സോവിയറ്റ് പാർട്ടിയുമായി സാഹോദര്യബന്ധം പുലർ ത്താൻ ശ്രമിക്കുകകൂടി സി പി ഐ(എം) ചെയ്തു.

അങ്ങനെയാണ് രണ്ട് പതിറ്റാണ്ടോളംകാലം സി പി ഐ (എം) ആയി പാർട്ടിതല ബന്ധം പുലർത്താതിരുന്ന സോവിയറ്റ് പാർട്ടി പിന്നീട് പാർട്ടിതല ബന്ധം സ്ഥാപിച്ചത്.

ചൈനീസ് പാർട്ടിയും 1967 തൊട്ട് 16 വർഷക്കാലം പാർട്ടിതലബന്ധം ഇല്ലാതിരുന്നതിനുശേഷം അത് പുന:സ്ഥാപിച്ചു. അങ്ങനെ ലോക കമ്യൂ ണിസ്റ്റ് പ്രസ്ഥാനത്തിലെ രണ്ട് വൻ പാർട്ടികളുടേതിനെതിരെ ഇന്ത്യൻ സ്ഥിതിഗതികളുടെ വെളിച്ചത്തിൽ മാർക്സിസം–ലെനിനിസം വ്യാഖ്യാ നിക്കാൻ ശ്രമിച്ച സി പി ഐ (എം) വീണ്ടും ഔപചാരികമായിത്തന്നെ ലോകകമ്യൂണിസ്റ്റ്പ്രസ്ഥാനത്തിന്റെ ഭാഗമായി.

സി പി ഐ ആകട്ടെ, സോവിയറ്റ്–ചൈനീസ് പാർട്ടികൾ തമ്മിലുള്ള തർക്കത്തിന് സോവിയറ്റ് പാർട്ടിയുടെ ചേരിയിൽത്തന്നെ തുടർച്ചയായി നിലയുറപ്പിച്ചു. സോവിയറ്റ് പാർട്ടിയുടെ നിലപാടിനെ മാർക്സിസം–ലെ നിനിസത്തിന്റെ കാഴ്ചപ്പാടോടെ തത്വാധിഷ്ഠിതമായി വിമർശിക്കാൻ

അതിന് കഴിഞ്ഞില്ല. സോവിയറ്റ് യൂണിയന്റെ തകർച്ചയെത്തുടർന്ന് ആ സംഭവവികാസങ്ങളെ താത്വികമായി അപഗ്രഥിച്ച് നിലപാടെടുക്കാൻ സി പി ഐയ്ക്ക് കഴിഞ്ഞില്ല. വളരെയേറെ ഘോഷിക്കപ്പെടുന്നതു പോലെ അടുത്ത് നടക്കാനിരിക്കുന്ന അവരുടെ പ്രത്യേക കോൺഗ്രസ് ലോക കമ്യൂണിസ്റ്റ് പ്രസ്ഥാനത്തിന്റ ഇന്നത്തെ സ്ഥിതിയും ഇന്ത്യൻ കമ്യൂണി സ്റ്റുകാരുടെ കടമയും വ്യക്തമാക്കുന്ന ഒരു രേഖയും ചർച്ചയ്ക്ക് വയ്ക്കു ന്നില്ല.

സി പി ഐ(എം) ന്റെ പതിനാലാം കോൺഗ്രസ് ലോകകമ്യൂണിസ്റ്റ് പ്രസ്ഥാനത്തെ നേരിടുന്ന ആശയ പ്രശ്നങ്ങൾ ചർച്ച ചെയ്ത് ഒരു രേഖ തയാറാക്കിയിട്ടുണ്ട്. അതിന്റെ അടിസ്ഥാനത്തിൽ വിവിധ രാജ്യങ്ങളിലെ സഹോദരപ്പാർട്ടികളുമായി ആശയവിനിമയം നടത്തിയിട്ടുണ്ട്. ഈ പ്രക്രിയ മുന്നോട്ടു കൊണ്ടുപോകുന്നതിന് ഇന്നത്തെ ആഗോളരാഷ്ട്രീ യവും അതിൽ കമ്യൂണിസ്റ്റുകാരുടെ കടമയും സംബന്ധിച്ച് ആശയവിനി മയം നടത്തുന്നതിന് കൽക്കത്തയിൽ സി പി ഐ(എം) മുൻകയ്യെടുത്ത് ഒരു സെമിനാർ സംഘടിപ്പിക്കുന്നുണ്ട്.

അതിൽ നടക്കുക വെറും ആശയവിനിമയമാണ്; ഏകകണ്ഠമായോ ഭൂരിപക്ഷത്തിന്റെ അടിസ്ഥാനത്തിലോ പ്രമേയങ്ങളോ പ്രസ്താവനകളോ ഒന്നും അതിൽനിന്ന് വരികയില്ല. ഓരോ രാജ്യത്തും സ്വതന്ത്രമായി പ്രവർത്തിക്കുന്ന വിവിധ സഹോദരപ്പാർട്ടികൾ തമ്മിൽ ആശയവിനിമയം നടത്തി പിരിയുക മാത്രമേ ചെയ്യുകയുള്ളൂ. സഹോദരപ്പാർട്ടികൾ തമ്മി ലുള്ള ബന്ധത്തിന്റെ പുതിയ രൂപമാണിത്-താന്താങ്ങളുടേതായ സ്വത ന്ത്രപദവി നിലനിർത്തിക്കൊണ്ടുതന്നെ വസ്തുസ്ഥിതി വിവരങ്ങളും ആശ യങ്ങളും കൈമാറാൻ സഹോദരപ്പാർട്ടികൾക്കുവേണ്ടി ഒരുക്കുന്ന വേദി.

10

നിർണായകമായ ആറാം കോൺഗ്രസ്

ഇതേവരെ പറഞ്ഞതുപോലെ ഇന്ത്യാ-ചൈനാ തർക്കം, ആഗോള കമ്മ്യൂണിസ്റ്റ് പ്രസ്ഥാനത്തിലെ ഭിന്നിപ്പ് എന്നിവയുടെ കാര്യത്തിൽ ഇന്ത്യൻ പാർട്ടി നേതൃത്വത്തിനകത്ത് അഭിപ്രായഭേദങ്ങൾ മൂർച്ഛിച്ചിരുന്ന കാലത്താണ് പാർട്ടിയുടെ ആറാം കോൺഗ്രസ് 1961 ഏപ്രിലിൽ വിജയ വാഡയിൽ ചേർന്നത്. പക്ഷേ, ഈ രണ്ടു കാര്യങ്ങളിലുമുള്ള അഭിപ്രാ യഗതികളെത്തന്നെ രൂപപ്പെടുത്തുന്ന മറ്റൊരു പ്രശ്നം കോൺഗ്രസിന്റെ മുമ്പിൽ വന്നു.

1951 ലാണല്ലോ സോവിയറ്റ് പാർട്ടി നേതൃത്വവുമായി നടന്ന ചർച്ച യെത്തുടർന്ന് രൂപപ്പെട്ട *പാർട്ടി പരിപാടിയും നയപ്രഖ്യാപനരേയും* അംഗീ കരിക്കപ്പെട്ടത്. താൽക്കാലികമായി പാർട്ടിയിൽ ഐക്യം പുന:സ്ഥാപി ക്കാൻ അത് സഹായിക്കുകയും ചെയ്തു.

പക്ഷേ, രണ്ടുമൂന്നുവർഷങ്ങൾക്കകത്തുതന്നെ അഭിപ്രായഭേദങ്ങൾ പുതിയ രൂപത്തിൽ പ്രത്യക്ഷപ്പെട്ടു. മൂന്നും നാലും കോൺഗ്രസുകളെ ക്കുറിച്ച് ഇതിനുമുമ്പ് പറഞ്ഞിട്ടുണ്ടല്ലോ. ഈ വിവാദങ്ങളുടെ അടിസ്ഥാ നത്തിൽ 1951 ൽ അംഗീകരിച്ചിരുന്ന പരിപാടി ഭേദപ്പെടുത്തണമെന്ന കാര്യ ത്തിൽ പാർട്ടി നേതൃത്വത്തിനകത്ത് ഏകാഭിപ്രായമാണ് ഉണ്ടായിരുന്നത്.

പക്ഷെ, ആ ഭേദപ്പെടുത്തൽ ഏത് വഴിക്കാകണമെന്ന കാര്യത്തിൽ രണ്ട് വിരുദ്ധാഭിപ്രായങ്ങൾ നേതൃത്വത്തിനകത്ത് പ്രത്യക്ഷപ്പെട്ടു. ഈ രണ്ട് അഭിപ്രായങ്ങളിൽനിന്നും പല കാര്യങ്ങളിലും വ്യത്യസ്തമായ മൂന്നാമതൊരഭിപ്രായംകൂടി പ്രത്യക്ഷപ്പെട്ടിരുന്നു. (അതിന്റെ പ്രതിനിധിയാ യിരുന്നു ഈ ലേഖകൻ).

അങ്ങനെ ആറാം കോൺഗ്രസിൽ ചർച്ച ചെയ്യുന്നതിന് സുന്ദരയ്യ, ബസവപുന്നയ്യ, ബി ടി ആർ, സുർജിത് മുതലായവർ തയാറാക്കിയതും

ഇടതുപക്ഷത്തിന്റെതെന്ന് അറിയപ്പെട്ടിരുന്നതുമായ ഒരു രേഖ പുറത്തു വന്നു. അതിനെതിരെ ഡാങ്കെ, രാജേശ്വരറാവു മുതലായവരുടെ കാഴ്ച പ്പാട് വ്യക്തമാക്കുന്നതും വലതുപക്ഷത്തിന്റെതെന്ന് അറിയപ്പെടുന്നതു മായ മറ്റൊരു രേഖയും പുറത്തുവന്നു. അവ തമ്മിലുള്ള ഏറ്റുമുട്ടലായി രുന്നു ആറാം കോൺഗ്രസിലെ പ്രധാന ചർച്ചാവിഷയം.

എന്നാൽ ആ രണ്ടു രേഖകളിലും ഉൾക്കൊള്ളുന്ന പല സംഗതിക ളിലും വിയോജിപ്പ് പ്രകടിപ്പിക്കുന്നതും ഈ ലേഖകൻ തയ്യാറാക്കിയതു മായ മൂന്നാമതൊരു രേഖകൂടി പ്രതിനിധികളുടെയിടയിൽ വിതരണം ചെയ്തിരുന്നു.

വാശിയേറിയ വിവാദത്തിന് മൂന്ന് രേഖകളും വഴിയൊരുക്കി. പക്ഷേ, പ്രധാന തർക്കം ഇടതിന്റെയും വലതിന്റേതുമെന്നറിയപ്പെടുന്ന രേഖകൾ തമ്മിലായിരുന്നു. രണ്ടിന്റെയും വക്താക്കൾ വാശിയോടെ എതിരഭി പ്രായങ്ങളെ ഖണ്ഡിക്കുകയും സ്വന്തം നിലപാട് ന്യായീകരിക്കുകയും ചെയ്തു. പാർട്ടി ഒരു പിളർപ്പിലേക്ക് നീങ്ങുകയാണോ എന്ന സംശയം ഇന്ത്യയിൽ മാത്രമല്ല വെളിയിലും ജനങ്ങൾക്കിടയിലും പത്രവായനക്കാർ ക്കിടയിലും വ്യാപകമായി വന്നു.

രംഗം നിരീക്ഷിക്കാനും കഴിയുമെങ്കിൽ പിളർപ്പൊഴിവാക്കാനും സോവിയറ്റ് പാർട്ടിയുടെ സെക്രട്ടറിമാരിൽ ഒരാളായിരുന്ന സുസ്ലോവിന്റെ നേതൃത്വത്തിൽ ഒരു പ്രതിനിധിസംഘം എത്തിയിരുന്നു. അവർ വിവിധ ഗ്രൂപ്പുകളുടെ വക്താക്കളുമായി ആശയവിനിമയം നടത്തി പിളർപ്പ് ഒഴിവാക്കാൻ ശ്രമിക്കുകയായിരുന്നു.

പരിപാടിയിൽ ഭേദഗതികൾ വരുത്തുന്ന കാര്യമെന്നപോലെ സമ കാലീന രാഷ്ട്രീയസ്ഥിതി വിലയിരുത്തലും കോൺഗ്രസിന്റെ ചർച്ചാ വിഷയമായിരുന്നു. അതിലുള്ള ഉപാധിയാണ് പാർട്ടികോൺഗ്രസ് അംഗീ കരിക്കേണ്ട രാഷ്ട്രീയപ്രമേയം സംബന്ധിച്ച ചർച്ച. അക്കാര്യത്തിലും ഇടതിന്റെയും വലതിന്റെയും ഓരോ കരടുരേഖ പ്രതിനിധികളുടെ ഇടയിൽ വിതരണം ചെയ്യുകയുണ്ടായി. അക്കാര്യത്തിലും ഈ ലേഖകൻ സ്വതന്ത്രമായ നിലപാടെടുത്ത് ചില കാര്യങ്ങളിൽ രണ്ടിനോടും വിയോ ജിപ്പ് പ്രകടിപ്പിച്ചു.

ഈ രേഖകളെ അടിസ്ഥാനമാക്കി നടന്ന വിവാദം വാശിയേറിയ തായിരുന്നുവെന്ന് പറഞ്ഞുവല്ലോ. ഇരുവിഭാഗങ്ങളും താന്താങ്ങളുടെ നിലപാട് പ്രതിനിധികളിൽ ഭൂരിപക്ഷത്തെക്കൊണ്ട് അംഗീകരിപ്പിക്കാൻ കിണഞ്ഞുശ്രമിച്ചു. പ്രതിനിധികളാവട്ടെ, മിക്കവാറും തുല്യശക്തിയുള്ള രണ്ട് വിരുദ്ധഗ്രൂപ്പുകളായി പിരിഞ്ഞിരുന്നു. ഈ സാഹചര്യത്തിൽ പരി പാടിയെ സംബന്ധിച്ച ചർച്ചയും തീരുമാനമെടുക്കലും ഈ കോൺഗ്ര സിൽ വച്ചു നടക്കേണ്ടതില്ല എന്ന അഭിപ്രായത്തോടെ ആ ചർച്ച മാറ്റി വച്ചു. രാഷ്ട്രീയപ്രമേയത്തിനുള്ള വിരുദ്ധകരടുകൾ തമ്മിലായി സംഘട്ടനം.

നാലാം കോൺഗ്രസിൽ എന്നപോലെ ഇപ്പോഴും രാഷ്ട്രീയ

പ്രമേയം സംബന്ധിച്ച ചർച്ചയുടെ കേന്ദ്രം കോൺഗ്രസ് ഗവൺമെന്റി നോടുള്ള സമീപനം തന്നെയായിരുന്നു. പക്ഷേ, നാലാം കോൺഗ്രസിനു ശേഷം ഉയർന്നുവന്ന ഇന്ത്യാ-ചൈനാ തർക്കവും ആഗോളകമ്യൂണിസ്റ്റ് പ്രസ്ഥാനത്തിലെ അഭിപ്രായവ്യത്യാസങ്ങളുംകൂടി ചർച്ചാവിഷയമായി. എന്നാൽ അതും കോൺഗ്രസ്-കമ്യൂണിസ്റ്റ് ബന്ധത്തിന്റെ പ്രശ്നമായി കെട്ടുപിണഞ്ഞുകിടന്നിരുന്നു.

ഇന്ത്യ-ചൈനാ തർക്കത്തിൽ വലതുപക്ഷ നിലപാട് എടുത്തിരുന്ന വർ മറ്റ് പ്രശ്നങ്ങളിൽ എന്നപോലെ അതിലും കോൺഗ്രസിന് പിന്തുണ നൽകുകയായിരുന്നു. മാർക്സിസം-ലെനിനിസവും തൊഴിലാളിവർഗ സാർവദേശീയതയും ഉപേക്ഷിച്ച് ബൂർഷ്വാ ദേശീയതയുടെ നിലപാടാണ് ഇവർ എടുക്കുന്നതെന്ന് എതിർപക്ഷം ആരോപിച്ചു.

ആഗോള കമ്യൂണിസ്റ്റ് പ്രസ്ഥാനത്തിലാകട്ടെ, കോൺഗ്രസ് ഗവൺ മെന്റിന് ഉറച്ച പിന്തുണ നൽകുന്ന സോവിയറ്റ് പാർട്ടിയുടെ സമീപനം തനി റിവിഷനിസ്റ്റ് ആണെന്നതിനാൽ അക്കാര്യം സംബന്ധിച്ച അഭി പ്രായവ്യത്യാസവും കോൺഗ്രസ്-കമ്യൂണിസ്റ്റ് ബന്ധം സംബന്ധിച്ച അഭി പ്രായവ്യത്യാസത്തിന്റെ അഭേദ്യഭാഗമായിത്തീർന്നു. അങ്ങനെ മൂന്ന് പ്രശ്നങ്ങളും തമ്മിൽ അഭേദ്യമായി ബന്ധപ്പെട്ട ഒരു ചർച്ചയാണ് ആറാം കോൺഗ്രസിൽ നടന്നത്. പിന്നീടുണ്ടായ പിളർപ്പിന്റെ സ്വഭാവം നിർണയി ക്കാൻ ഈ വസ്തുത സഹായിക്കും. 'ചൈനാ പക്ഷപാതി'കളും 'ദേശ സ്നേഹി'കളും തമ്മിലുള്ള ഭിന്നിപ്പാണ് പിളർപ്പിൽ എത്തിയതെന്നാണ ല്ലോ ബൂർഷ്വാ മാധ്യമങ്ങളും സി പി ഐ യും തുടർച്ചയായി പ്രചരിപ്പിച്ചു പോന്നത്. പക്ഷേ, നാലാം കോൺഗ്രസിനെയും ആറാം കോൺഗ്രസി നെയും സംബന്ധിച്ച് എടുത്തുപറഞ്ഞ വസ്തുതകൾ ഈ അഭിപ്രായ ത്തിന്റെ അടിസ്ഥാനരഹിത സ്വഭാവം വ്യക്തമാക്കുന്നു. എന്തുകൊണ്ടെ ന്നാൽ:

1) ഗവൺമെന്റ് തലത്തിൽ ഇന്ത്യ-ചൈനാ ബന്ധവും സോവിയറ്റ്- ചൈനീസ് കമ്യൂണിസ്റ്റുപാർട്ടികൾതമ്മിലുള്ള ബന്ധവും തികച്ചും സൗഹൃദാത്മകമായിരുന്ന കാലത്താണ് നാലാം കോൺഗ്രസ് ചേർന്നത്. അന്നത്തെ ചർച്ചാവിഷയമാകട്ടെ, വെറും ആഭ്യന്തര രാഷ്ട്രീയത്തിൽ ഒതുങ്ങിനിന്നിരുന്നുതാനും. എന്നിട്ടും കോൺഗ്രസ്-കമ്യൂണിസ്റ്റ് ഐക്യ ത്തിനുവേണ്ടി വാദിക്കുന്നവർ പ്രതിനിധികളുടെ മൂന്നിലൊന്ന് വരുമായി രുന്നു.

2) ആറാം കോൺഗ്രസ് ആയപ്പോഴേക്ക് ഇന്ത്യാ-ചൈനാ ബന്ധ വും സോവിയറ്റ്-ചൈനീസ് പാർട്ടികൾ തമ്മിലുള്ള ബന്ധവും സംഘർ ഷാത്മകമായിരുന്നു. രണ്ടും സംബന്ധിച്ച് ഇന്ത്യൻ പാർട്ടിയുടെ നേതൃ ത്വത്തിൽ വിരുദ്ധാഭിപ്രായങ്ങൾ പൊട്ടിപ്പുറപ്പെട്ടിരുന്നു. അതിന്റെ ഫലമായി നാലാം കോൺഗ്രസിൽ വ്യക്തമായും ന്യൂനപക്ഷമായിരുന്ന വലതുവിഭാഗത്തിന് ആറാം കോൺഗ്രസ് ആയപ്പോഴേക്ക് ഇടതു പക്ഷത്തിന്റേതിന് തുല്യമായ ബലം കിട്ടിയിരുന്നു.

3) ആറാം കോൺഗ്രസ് കഴിഞ്ഞിട്ട് ഇപ്പോൾ മൂന്നു പതിറ്റാണ്ടി ലേറെ കാലമായിരിക്കുന്നു. ഇതിനിടയ്ക്ക് ഇന്ത്യാ-ചൈനാ തർക്കത്തി ന്റെയും ആഗോള കമ്യൂണിസ്റ്റ് പ്രസ്ഥാനത്തിന്റെയും സ്ഥിതിഗതികളിൽ മൗലികമായ മാറ്റം വന്നിരിക്കുന്നു. ചൈനാ വിരുദ്ധ നിലപാട് എടുത്തു രുന്ന അന്നത്തെ വലതുവിഭാഗം (ഇന്നത്തെ സി പി ഐ)തന്നെ ഇന്ത്യാ -ചൈനാ ബന്ധം നന്നാക്കാൻ ശ്രമിക്കുകയെന്ന കാഴ്ചപ്പാട് അംഗീക രിച്ചിരിക്കുന്നു. സോവിയറ്റ്-ചൈനീസ് പാർട്ടികൾ തമ്മിലുള്ള ബന്ധവും മൗലികമായി മാറിക്കഴിഞ്ഞു. എന്തിനേറെ, ലോക വിപ്ലവ രാഷ്ട്രീയം തന്നെ അടിമുടി മാറിയിരിക്കുന്നു. കോൺഗ്രസ് ഗവൺമെന്റിനോടുള്ള നിലപാടിന്റെ കാര്യത്തിൽപ്പോലും സി പി ഐ (എം) വും സി പി ഐ യും മിക്കവാറും യോജിച്ചു പ്രവർത്തിക്കുന്ന സ്ഥിതിയായിരിക്കുന്നു.

4) പക്ഷേ, ആറാം കോൺഗ്രസിലെ പ്രധാന ചർച്ചാവിഷയമായി രുന്ന *പാർട്ടി* പരിപാടിയുടെ കാര്യത്തിൽ സി പി ഐ ഇന്ന് അങ്ങേയ റ്റത്തെ ആശയക്കുഴപ്പത്തിലാണ്. സി പി ഐ(എം) ആകട്ടെ, കഴിഞ്ഞ 28 വർഷക്കാലത്തെ സംഭവവികാസങ്ങളുടെ വെളിച്ചത്തിൽ 1964 ലെ പരിപാടി പുതുക്കി എഴുതുന്ന പ്രക്രിയ തുടങ്ങിയിരിക്കുന്നു.

നേരത്തെ ചൂണ്ടിക്കാണിച്ചതുപോലെ, പരിപാടിയുടെ ഉള്ളടക്കം സംബന്ധിച്ച ചർച്ചപോലും ആറാം കോൺഗ്രസിൽ തുടങ്ങിവച്ചില്ല. സമ കാലീന രാഷ്ട്രീയം കൈകാര്യം ചെയ്യുന്ന പ്രമേയത്തിന്റെ രണ്ട് കരടുക ളാണ് കോൺഗ്രസ് ചർച്ച ചെയ്തത്. അക്കാര്യത്തിൽപ്പോലും യോജിച്ച തീരുമാനത്തിൽ എത്താൻ കഴിഞ്ഞില്ല. മിക്കവാറും തുല്യ ശക്തിയുള്ള രണ്ട് കാഴ്ചപ്പാടുകൾ തമ്മിലുള്ള ഏറ്റുമുട്ടൽനിമിത്തം രണ്ടു കരടുരേ ഖകളിൽ ഒന്നും അംഗീകരിക്കാതെയാണ് കോൺഗ്രസ് പിരിഞ്ഞത്. വിരുദ്ധാഭിപ്രായങ്ങളെ സമന്വയിപ്പിക്കുന്ന രീതിയിൽ ജനറൽ സെക്രട്ടറി അജയ്ഘോഷ് ചെയ്ത പ്രസംഗത്തിലെ ചില ഭാഗങ്ങൾ കോൺഗ്രസിന്റെ രാഷ്ട്രീയപ്രമേയമായി കണക്കാക്കുകയെന്ന തീരുമാനത്തിലാണ് അവസാനം കോൺഗ്രസ് ചെന്നെത്തിയത്.

ഇതോടെ കോൺഗ്രസിന്റെ മുമ്പിലുള്ള അജണ്ടയുടെ പ്രധാന ഇനം പൂർത്തിയായി. തുല്യപ്രാധാന്യമുള്ള മറ്റൊരിനം പുതിയ നാഷ ണൽ കൗൺസിലിനെ തിരഞ്ഞെടുക്കൽ-രാഷ്ട്രീയപ്രമേയ ചർച്ചപോലെ തന്നെ പ്രയാസമേറിയതായിത്തീർന്നു. തുല്യശക്തിയുള്ള രണ്ടു വിഭാഗ ങ്ങൾക്കും താന്താങ്ങൾ അർഹിക്കുന്നതായി അവർ അവകാശപ്പെടുന്ന പ്രാതിനിധ്യം നൽകുന്ന പ്രശ്നം ഒരു കീറാമുട്ടിയായിത്തീർന്നു. അതു സംബന്ധിച്ച വിലപേശലുകൾ കോൺഗ്രസിന്റെ അവസാനരാത്രി മുഴു വൻ നീണ്ടുനിന്നു. ഇരുചേരിയിലും പെട്ട സഖാക്കളുടെ അവകാശബോ ധം ഒപ്പിച്ചുകൊണ്ടുപോകാൻ നാഷണൽ കൗൺസിലിലെ അംഗങ്ങളുടെ എണ്ണം വർധിപ്പിക്കേണ്ടിവന്നു. വിലപേശലുകളുടെ അവസാനമുണ്ടായ ധാരണയുടെ അടിസ്ഥാനത്തിൽ നാഷണൽ കൗൺസിൽ മെമ്പർമാരുടെ എണ്ണം പാർട്ടി ഭരണഘടനയിൽ നിജപ്പെടുത്തിയ നൂറിനെക്കാൾ വളരെ

കൂടുതൽ ആയിരുന്നതിനാൽ ഭരണഘടന തന്നെ ഭേദഗതി ചെയ്യേണ്ടി വന്നു.

പാർട്ടി പരിപാടി, സമകാലീന രാഷ്ട്രീയം സംബന്ധിച്ച പ്രമേയം, നാഷണൽ കൗൺസിലിന്റെ തിരഞ്ഞെടുപ്പ് എന്നിവയിൽ ഓരോന്നിനും രൂക്ഷമായ സംഘട്ടനം നടന്നുവെന്നാണല്ലോ ഇതിനർഥം. അതുകൊണ്ട് ഈ മൂന്ന് കാര്യങ്ങളിലും സംഘർഷാത്മകത തുടർന്നു. അതിന്റെ പരിണതഫലമാണ് മൂന്നുവർഷത്തിനുശേഷം നടന്ന പിളർപ്പ്. അതൊഴി വാക്കാൻ ആറാം കോൺഗ്രസിനുശേഷം നടത്തിയ പരിശ്രമങ്ങളും അവയുടെ പരാജയവുമാണ് ഇനി വിവരിക്കാൻ പോകുന്നത്.

11

ഐക്യശ്രമങ്ങളുടെ പരാജയം

ഏതാണ്ട് തുല്യശക്തിയുള്ള രണ്ട് ഗ്രൂപ്പുകളായി തിരിഞ്ഞു കൊണ്ടാണല്ലോ ആറാം കോൺഗ്രസ് അവസാനിച്ചത്. പക്ഷേ, ഏതാനും മാസങ്ങൾക്കകത്ത് ബലാബലത്തിൽ മാറ്റം വരുത്തുന്ന ഒരു സംഭവം നടന്നു: ജനറൽ സെക്രട്ടറി അജയ്ഘോഷ് അന്തരിച്ചു; പുതിയ ജനറൽ സെക്രട്ടറിയെ തിരഞ്ഞെടുക്കേണ്ടിയിരിക്കുന്നു. ഏത് ഗ്രൂപ്പിൽപ്പെട്ട ആളായിരിക്കും ആ സ്ഥാനത്ത് വരികയെന്ന പ്രശ്നം പൊന്തിവന്നു.

രണ്ട് ഗ്രൂപ്പുകളിൽനിന്നും സ്വതന്ത്രമായി നിൽക്കുകയാണെങ്കിലും ഇടതുഗ്രൂപ്പിനോട് കൂടുതൽ ചായ്‌വുള്ള ആളായാണല്ലോ ഞാൻ അറിയ പ്പെട്ടിരുന്നത്. അതുകൊണ്ട് എന്റെ പേർ ഇടതുകാർ നിർദേശിച്ചു. പക്ഷേ, വലതിന് പൂർണമായി യോജിക്കാൻ കഴിഞ്ഞില്ല.

വാശിയേറിയ വിവാദങ്ങൾക്കും വിലപേശലുകൾക്കുംശേഷം ഒരു വ്യവസ്ഥയോടെ വലതുകാർ നിർദേശം അംഗീകരിച്ചു. ജനറൽ സെക്ര ട്ടറി സ്ഥാനത്തിനുപുറമേ ചെയർമാൻ എന്ന പുതിയ പദവികൂടി സൃഷ്ടി ക്കണമെന്നും ആ സ്ഥാനത്ത് ഡാങ്കെയെ നിശ്ചയിക്കണമെന്നുമായി രുന്നു വ്യവസ്ഥ. അതിന് വിധേയമായി ഇരു ഗ്രൂപ്പുകളിലും എന്റെ പേർ അംഗീകരിച്ചതിനാൽ ഞാൻ ഏകകണ്ഠമായി തിരഞ്ഞെടുക്കപ്പെട്ടു.

പിളർപ്പിന്റെ വക്കിലെത്തിയ ആറാം കോൺഗ്രസിനുശേഷം ഇരു ഗ്രൂപ്പുകളും ചേർന്ന പ്രവർത്തനം സാധ്യമാക്കുന്നതിനാണ് ഈ ഏർപ്പാടു ണ്ടാക്കിയത്. അതുകൊണ്ട് ഞാൻ അത് സസന്തോഷം സ്വീകരിച്ചു. പാർ ട്ടിയിൽ അഭിപ്രായവ്യത്യാസമുള്ള എല്ലാ പ്രശ്നങ്ങളും വ്യാപകമായ ഉൾപ്പാർട്ടി ചർച്ചയ്ക്ക് വിധേയമാക്കുകയും അവസാനം ഒരു പുതിയ പാർട്ടി കോൺഗ്രസ് വിളിച്ചുകൂട്ടി ആശയപരമായ ഐക്യം സ്ഥാപി

ക്കുകയും ചെയ്യാൻ ഇതുമാത്രമാണ് വഴിയെന്ന് ഞാൻ കരുതി. ആ വഴിക്കുള്ള എന്റെ എളിയ സംഭാവന നൽകാനുള്ള സന്നദ്ധതയോടെ യാണ് ഞാൻ സ്ഥാനം സ്വീകരിച്ചത്.

ഈ സംഭവം നടന്ന് ഏതാനും മാസങ്ങൾക്കകത്തുതന്നെ ഇന്ത്യാ-ചൈനാ അതിർത്തിത്തർക്കം കൂടുതൽ രൂക്ഷമായി. ഇതിനുമുമ്പ് ചൂണ്ടി ക്കാണിച്ചതുപോലെ, തർക്കപ്രശ്നം പരിഹരിക്കുന്നതിന് ചൈനീസ് പ്രധാനമന്ത്രി ജൂ എൻ ലായ് നടത്തിയ പരിശ്രമം പരാജയപ്പെട്ടതിനെ ത്തുടർന്ന് ഇരുരാജ്യങ്ങളും തമ്മിലുള്ള ബന്ധം സംഘർഷാത്മകമായി. സാമ്രാജ്യകോയ്മകളുടെയും സോവിയറ്റ് യൂണിയന്റെയും പിന്തുണ യുണ്ടെന്ന കണക്കുകൂട്ടലോടെ ഇന്ത്യാഗവൺമെന്റ് പ്രകോപനപരമായി പെരുമാറുന്നു എന്ന വിലയിരുത്തലോടെ "ഇന്ത്യയെ ഒരു പാഠം പഠിപ്പി ക്കുന്നതിന്" ചൈനയുടെ വൻതോതിലുള്ള ഒരു പടനീക്കം നടന്നു. ഇന്ത്യൻ പ്രദേശങ്ങളിലേക്ക് ചൈനീസ് പട്ടാളം വ്യാപകമായി കടന്നു കയറി.

ഈ ചൈനീസ് ആക്രമണത്തെ ചെറുക്കുന്നതിനുള്ള ആഹ്വാനം ഇന്ത്യാഗവൺമെന്റ് നൽകി. അതിനോടുള്ള സമീപനം കമ്യൂണിസ്റ്റ് പാർട്ടിക്ക് നിശ്ചയിക്കേണ്ടിവന്നു. ഈ സന്ദർഭം ഉപയോഗിച്ച് വ്യാപകമായ ഒരു കമ്യൂണിസ്റ്റ് വിരുദ്ധ പ്രചാരവേല ഇന്ത്യാ ഗവൺമെന്റും ബൂർഷ്വാ പത്രങ്ങളും അഴിച്ചുവിട്ടു. അതിൽ കമ്യൂണിസ്റ്റുപാർട്ടി നേതൃത്വത്തിലെ വലതുവിഭാഗവും സജീവമായി പങ്കുകൊണ്ടു. 'ചൈനാപങ്കാളി'കളായി ഇടതു കമ്യൂണിസ്റ്റുകാർക്കെതിരെ ജനസംഘംതൊട്ട് വലത് കമ്യൂണിസ്റ്റു കാർവരെ ചേർന്നതും കോൺഗ്രസിന് നേതൃത്വമുള്ളതുമായ ഒരു മുന്നണി രൂപംപൂണ്ടു.

ഇടതുകാരോട് പൂർണമായി യോജിച്ചുകൊണ്ടല്ലെങ്കിലും വലതു കാരുടേതിനോട് എതിർപ്പുണ്ടായിരുന്ന ഞാൻ ചൈനാ വിരുദ്ധ പ്രചാര വേലയുടെ ശരവ്യമായിത്തീർന്നു. ജനറൽ സെക്രട്ടറിയെന്ന നിലയ്ക്ക് ഞാൻ ഒരു പത്രസമ്മേളനം നടത്തുകയായിരുന്നു. അതിലേക്ക് ചെയർ മാൻ ഡാങ്കെ കടന്നുവന്ന് നേരത്തെ ഞാൻ പറഞ്ഞുവെച്ചിരുന്നതി നെതിരെ പല പരാമർശങ്ങളും നടത്തി. മറ്റ് വാർത്തകൾ എന്നപോലെ ഇതും പത്രങ്ങൾ വ്യാപകമായി റിപ്പോർട്ടു ചെയ്തു.

ഈ രാഷ്ട്രീയ പശ്ചാത്തലത്തിലാണ് 'ചൈനീസ് ആക്രമണ'ത്തെ കുറിച്ച് ചർച്ച ചെയ്യാൻ നാഷണൽ കൗൺസിലിന്റെ ഒരു യോഗം ചേർന്നത്. തികച്ചും സംഘർഷ നിർഭരമായ ഒരു യോഗമായിരുന്നു അത്. വാശിയേറിയ വിവാദങ്ങൾ നടന്നു. 'അക്രമി ചൈന'യെ അപലപിക്കു കയും ചെറുത്തുനിൽക്കുകയും ചെയ്യുന്നതിൽ കോൺഗ്രസ് ഗവൺമെന്റി നോട് സഹകരിക്കണമോ എന്നതായിരുന്നു പ്രധാന പ്രശ്നം.

സഹകരിക്കണമെന്ന അഭിപ്രായമാണ് വലതുപക്ഷക്കാർ പ്രകടി പ്പിച്ചത്. അതിനെ ഇടതുപക്ഷം ശക്തിയായി എതിർത്തു. ഞാനടക്കമുള്ള

'മധ്യവർത്തി'കളും ഭൂരിപക്ഷത്തിന്റെ അഭിപ്രായത്തോട് വിയോജിച്ചു. പക്ഷെ, വോട്ടെടുപ്പ് നടന്നപ്പോൾ വലതുപക്ഷം അവതരിപ്പിച്ച പ്രമേയം ഭൂരിപക്ഷത്തോടെ അംഗീകരിക്കപ്പെട്ടു.

ഇതിനെത്തുടർന്ന് ഇടതുപക്ഷക്കാർ സെക്രട്ടേറിയറ്റ്, എക്സിക്യൂ ട്ടീവ് എന്നീ സംഘടനകളിലുള്ള അംഗത്വം രാജിവച്ചു. അതിൽ ഞാൻ അവരുടെകൂടെ കൂടിയില്ല. പാർട്ടി പൂർണമായും പിളർന്ന് രണ്ടാവാതെ കഴിക്കണമെന്ന എന്റെ ആഗ്രഹവും അത് തികച്ചും അസാധ്യമല്ലെന്ന കണക്കുകൂട്ടലുമാണ് എന്നെ ഇതിന് പ്രേരിപ്പിച്ചത്. കോൺഗ്രസ് ഗവൺ മെന്റിനോടുള്ള നയത്തിന്റെ കാര്യത്തിൽ പൊതുവിലും ഇന്ത്യാ–ചൈനാ അതിർത്തി പ്രശ്നത്തിൽ വിശേഷിച്ചും മൗലികമായ അഭിപ്രായ വ്യത്യാസം നിലനിർത്തിക്കൊണ്ടുതന്നെ പാർട്ടിയിൽ പിളർപ്പ് ഒഴിവാക്കു ന്നതിന് കഴിയുന്നതെല്ലാം ചെയ്യുകയെന്നതായിരുന്നു എന്റെ കാഴ്ചപ്പാട്.

ഇത് പരീക്ഷിക്കപ്പെടുന്ന ഒരു സംഭവം ഉടനെത്തന്നെ നടന്നു. നാഷണൽ കൗൺസിൽ ഭൂരിപക്ഷ വോട്ടോടെ അംഗീകരിച്ച പ്രമേയം സഹോദരപ്പാർട്ടികൾക്ക് അയച്ചുകൊടുക്കണമെന്ന് സെക്രട്ടേറിയറ്റ് തീരുമാനിച്ചു; അത് വിശദീകരിച്ചുകൊണ്ടുള്ള ഒരു കത്ത് തയാറാക്കി.

അതിന്റെ ഉള്ളടക്കത്തോട് സ്വാഭാവികമായി എനിക്ക് യോജിപ്പി ല്ലായിരുന്നു. എങ്കിലും ജനറൽ സെക്രട്ടറിയെന്ന നിലയ്ക്ക് ഞാൻ അ തിൽ ഒപ്പു വയ്ക്കണമെന്ന് ഇടതുപക്ഷക്കാരാരുമില്ലാത്ത സെക്രട്ടേറിയറ്റ് എന്നോടാവശ്യപ്പെട്ടു. ഞാൻ അതു ചെയ്തു. അത് തെറ്റായിരുന്നുവെന്ന് പിന്നീട് എനിക്ക് ബോധ്യപ്പെട്ടു. എന്റെ ആ ഒപ്പ് ഉപയോഗിച്ചാണ് നേതൃത്വത്തിൽ ഭൂരിപക്ഷമുള്ള വലതുവിഭാഗം പിന്നീട് സഹോദരപ്പാർ ട്ടികളെ സമീപിച്ചത്.

നാഷണൽ കൗൺസിൽ യോഗം കഴിഞ്ഞ് ഉടനെതന്നെ ഭൂരിപക്ഷ പ്രമേയത്തിനെതിരെ വോട്ടുചെയ്തവരെ അറസ്റ്റു ചെയ്തു തടങ്കലിൽ വെക്കുന്ന പ്രക്രിയ തുടങ്ങി. അതിൽ ഞാനും പെട്ടു. അങ്ങനെ ഞാൻ ജയിലിൽ കിടക്കുമ്പോഴാണ് സഹോദരപ്പാർട്ടികളെ സമീപിക്കാൻ ചെയർ മാൻ ഡാങ്കെയുടെ ഒരു വിദേശ പര്യടത്തിന് ഏർപ്പാട് ചെയ്തത്. അദ്ദേഹം കൊണ്ടുപോകുന്നത് എന്റെ ഒപ്പോടുകൂടിയ കത്താണ്. ഈ കത്തിൽ ഒപ്പിട്ട ജനറൽ സെക്രട്ടറി 'ചൈനാചാര'നെന്ന നിലയ്ക്ക് ജയിലിൽ കിട ക്കുന്നു, എന്നതിലെ വൈരുധ്യം സഹോദരപ്പാർട്ടികളുടെ സഖാക്കൾ ചൂണ്ടിക്കാണിക്കുമല്ലോ. അതിൽനിന്ന് തടിതപ്പുന്നതിന് എന്നെ ജയിലിൽ നിന്ന് വിടുവിക്കാനുള്ള സമ്മർദം വലതുപക്ഷം ഗവൺമെന്റിന്റെ മേൽ പ്രയോഗിച്ചു. അങ്ങനെ ഞാൻ സ്വതന്ത്രനായി.

എങ്കിലും വലതുപക്ഷ നേതൃത്വം എന്റെ പ്രവർത്തനത്തെ അടിമുടി എതിർത്തുകൊണ്ടിരുന്നു. നാഷണൽ കൗൺസിൽ യോഗത്തെ തുടർന്ന് നടന്ന വ്യാപകമായ അറസ്റ്റിലുള്ള പ്രതിഷേധം പാർട്ടി അണികളിൽ

വ്യാപകമായിരുന്നു. അത് പ്രകടിപ്പിച്ചുകൊണ്ട് ഞാനൊരു മുഖപ്രസംഗം പാർട്ടി പത്രത്തിന് എഴുതി (ഞാൻ അന്ന് അതിന്റെ പത്രാധിപർ കൂടിയാ യിരുന്നു). എന്നാൽ വലതുകാർക്ക് ഭൂരിപക്ഷമുള്ള സെക്രട്ടേറിയറ്റ് അത് പ്രസിദ്ധീകരിക്കാൻ കൂട്ടാക്കിയില്ല. കമ്യൂണിസ്റ്റുകാരെ വ്യാപകമായി അറസ്റ്റു ചെയ്തതിൽ പ്രതിഷേധിക്കുന്ന മുഖപ്രസംഗം കമ്യൂണിസ്റ്റ് പത്രത്തിൽ പ്രസിദ്ധീകരിക്കരുതെന്നായിരുന്നു അവരുടെ വാശി!

ഇതും ഇതുപോലുള്ള മറ്റനേകം സംഭവങ്ങളും എന്നെ വേദനിപ്പിച്ചു. ആളെ കബളിപ്പിക്കുന്നതിനുവേണ്ടി എന്നെ സെക്രട്ടറി സ്ഥാനത്തിരുത്തി അവർക്ക് ഇഷ്ടമുള്ളത് ചെയ്യലാണ് അവരുടെ പരിപാടിയെന്ന് എനിക്ക് ബോധ്യപ്പെട്ടു. "നിങ്ങൾ ഒരു യഥാർഥ ജനറൽ സെക്രട്ടറിയല്ല, ജനറൽ സെക്രട്ടറി സ്ഥാനത്തിരിക്കുന്ന ഒരു ബൊമ്മയാണ്" എന്നുതന്നെ ഒരി ക്കൽ ഡാങ്കെ എന്നോട് വെട്ടിത്തുറന്നുപറഞ്ഞു. ഈ സാഹചര്യത്തിൽ ജനറൽ സെക്രട്ടറി സ്ഥാനത്തും എക്സിക്യൂട്ടീവിലും തുടരാൻ കഴിയുക യില്ലെന്ന് ഞാൻ തീരുമാനിച്ചു. രാജിക്കത്ത് എഴുതിക്കൊടുത്തു.

രാജിക്കത്തിനോടൊപ്പം ദീർഘമായ ഒരു പ്രബന്ധവും ഞാൻ നാഷ ണൽ കൗൺസിലിന് സമർപ്പിച്ചു. അതിന്റെ തലക്കെട്ട് *ഇന്ത്യൻ കമ്യൂ ണിസ്റ്റ് പാർട്ടിയിലെ വരട്ടുതത്ത്വവാദവും, ഇടതുപക്ഷ വിഭാഗീയതയും* എന്നായിരുന്നു. ആറാം കോൺഗ്രസിൽ അവതരിപ്പിച്ച എന്റെ കരടു രേഖയിൽ എന്നപോലെ ഇതിലും, ഒരുവശത്ത് വലതുപക്ഷ ത്തിന്റെയും മറുവശത്ത് ഇടതുപക്ഷത്തിന്റെയും സമീപനങ്ങളെ ഞാൻ നിശിതമായി വിമർശിച്ചു. വലതുനേതൃത്വത്തെ എതിർക്കുന്ന കാര്യത്തിൽ ഇടതുകാ രോട് പൂർണമായി യോജിക്കുമ്പോൾത്തന്നെ, ഇടതുകാരും ഞാനും തമ്മിലുള്ള വ്യത്യാസം രേഖപ്പെടുത്തുന്ന ഒരു രേഖയായിരുന്നു അത്. പിന്നീടുണ്ടായ സി പി ഐ (എം) ന്റെ ഉത്ഭവത്തിന് വഴിവച്ച പല രേഖകളിൽ ഒന്നായിരുന്നു അത്.

വലതുനേതൃത്വത്തിന് ഇത് ഒട്ടും ഇഷ്ടപ്പെട്ടിരുന്നില്ല എങ്കിലും അന്നത്തെ ഉൾപ്പാർട്ടി സ്ഥിതിഗതികളിൽ എന്റെ രേഖ നാഷണൽ കൗൺ സിൽ മെമ്പർമാർക്കിടയിൽ വിതരണം ചെയ്യാതിരിക്കാൻ അവർക്ക് കഴിഞ്ഞില്ല. വളരെ വിഷമത്തോടു കൂടിയാണെങ്കിലും, എന്റെ രാജിയും അവർ സ്വീകരിച്ചു. അങ്ങനെ സജീവ നേതൃത്വത്തിലില്ലാത്ത ഒരു പാർട്ടി മെമ്പറായി ഞാൻ മാറി (ഇടതു വിഭാഗത്തിൽപ്പെട്ട സഖാക്കൾ മുഴുവൻ നാഷണൽ കൗൺസിൽ യോഗത്തിൽ വച്ചു തന്നെ ഈ സ്ഥിതിയിലായി ക്കഴിഞ്ഞിരുന്നു).

ആറാം കോൺഗ്രസിലോ അജയ്ഘോഷ് അന്തരിച്ചതിനുശേഷമുള്ള നാഷണൽ കൗൺസിൽ യോഗത്തിലോ വലതുകാർക്ക് ഭൂരിപക്ഷമില്ലാ യിരുന്നു. ഇന്ത്യാ-ചൈനാ സംഘട്ടനത്തെ തുടർന്ന് രാജ്യ വ്യാപകമായി വീശിയ ചൈനാ വിരോധ കൊടുങ്കാറ്റിന്റെ പശ്ചാത്തലത്തിലാണ് അവർക്ക്

ഭൂരിപക്ഷം നേടാൻ കഴിഞ്ഞത്. എങ്കിലും, നേതൃത്വതലത്തിൽ നിർണായകസ്ഥാനം തരപ്പെടുത്തിവച്ച ഭൂരിപക്ഷം അവർക്ക് പാർട്ടി അണികളിലില്ലായിരുന്നു.

പിളർപ്പിനുശേഷം നടന്ന സംഭവവികാസങ്ങൾ ഈ സത്യം തെളിയിച്ചു. പിളർപ്പ് കഴിഞ്ഞ് മൂന്നു വർഷം തികയുന്നതിനുമുമ്പുതന്നെ പാർട്ടിയുടെ പ്രധാന ശക്തികേന്ദ്രങ്ങളായിരുന്ന പശ്ചിമബംഗാളിലും കേരളത്തിലും കൂടുതൽ വലിയ പാർട്ടിയെന്ന നിലയ്ക്ക് സി പി ഐ(എം)ന്റെ നേതൃത്വത്തിൽ രൂപംകൊണ്ട കൂട്ടുകക്ഷി ഗവൺമെന്റുകളിൽ അവർക്ക് പങ്കാളികളാവേണ്ടി വന്നു. അന്നുമുതൽക്കിന്നേവരെ ആ സ്ഥിതി തുടരുകയാണ്. പിളർപ്പിന് ഉത്തരവാദികൾ ആരാണെന്ന് ഈ സംഭവവികാസങ്ങൾ തെളിയിക്കുന്നുവല്ലോ.

പക്ഷേ, താൽക്കാലികമായി അവർക്കായിരുന്നു നേതൃത്വത്തിൽ ഭൂരിപക്ഷം. അതുപയോഗിച്ച് ന്യൂനപക്ഷത്തെ നിർജീവമാക്കാനായിരുന്നു അവരുടെ പദ്ധതി. അതിന്റെ ഭാഗമായാണ് എന്നെ 'ബൊമ്മ ജനറൽ സെക്രട്ടറി' ആക്കി ഏതാനും ആഴ്ചക്കാലം അവർ കഴിഞ്ഞുകൂടിയത്. എ കെ ജി ക്കെതിരെ അവർ എടുത്ത അച്ചടക്ക നടപടിയും അതുതന്നെ കാണിച്ചു. വ്യത്യസ്താഭിപ്രായം വെച്ചുപുലർത്തുന്നവരുടെ മേൽ ഒന്നൊന്നായി നടപടി എടുത്ത് ഇടതുപക്ഷ വിഭാഗത്തെ നിർജീവ മാക്കാമെന്ന് അവർ കരുതി. പക്ഷേ, ഇടതുപക്ഷ വിഭാഗത്തിന്റെ ചിന്താ ഗതിക്ക് പാർട്ടി അണികളിൽ കൂടുതൽ കൂടുതൽ ശക്തി വർധിച്ചു വരിക യായിരുന്നു.

ഇതിനിടയ്ക്കാണ് നിർണായകമായ ഒരു വിവരം പുറത്തുവന്നത്: വലതു വിഭാഗത്തിന്റെ നേതാവായ ഡാങ്കെ മൂന്നു പതിറ്റാണ്ടിനുമുമ്പ് ജയിലിൽ ആയിരുന്നപ്പോൾ മോചനം നേടുന്നതിനുവേണ്ടി ബ്രിട്ടീഷ് ഗവൺമെന്റിന് വഴങ്ങിക്കൊണ്ടുള്ള ഒരു കത്ത് എഴുതുകയുണ്ടായി. അത് ഡൽഹിയിലുള്ള ഗവൺമെന്റിന്റെ രേഖാ ശേഖരത്തിൽ സൂക്ഷിച്ചു വച്ചിട്ടുണ്ട്. പല സഖാക്കളും അതുപോയി പരിശോധിച്ചു. അത് സംബ ന്ധിച്ച് ഒരു പാർട്ടിതല അന്വേഷണം നടത്തണമെന്നും അത് കഴിയുന്നതു വരെ ഡാങ്കെ സെൻട്രൽ എക്സിക്യൂട്ടീവിന്റെയും നാഷണൽ കൗൺസി ലിന്റെയും യോഗങ്ങളിൽ അധ്യക്ഷം വഹിക്കരുതെന്നും ഒരാവശ്യം ഉയർന്നുവന്നു. ഡാങ്കെയും കൂട്ടരും പുച്ഛത്തോടെ അത് തള്ളിക്കളഞ്ഞ പ്പോൾ നാഷണൽ കൗൺസിൽ യോഗത്തിൽ നിന്ന് 32 ഇടതുപക്ഷ മെമ്പർമാർ ഇറങ്ങിപ്പോയി. മണിക്കൂറുകൾക്കകത്ത് അവരെയെല്ലാം നാഷണൽ കൗൺസിലിന്റെ വലതു ഭൂരിപക്ഷം പാർട്ടിയിൽനിന്ന് സസ്പെൻഡ് ചെയ്തു.

ഇതോടെ ഐക്യശ്രമങ്ങളുടെ പരാജയം പൂർണമായി. ഇറങ്ങി പ്പോക്ക് നടത്തിയ 32 നാഷണൽ കൗൺസിൽ മെമ്പർമാർ വലതുകാരു ടേതിന് സമാന്തരമായി ഏഴാം പാർട്ടി കോൺഗ്രസ് വിളിച്ചുകൂട്ടാനും

പാർട്ടി പുന:സംഘടിപ്പിക്കാനും തീരുമാനിച്ചു. ഏതാനും ആഴ്ചകൾക്ക ശേഷം കൽക്കത്തയിൽ ഇടതുകാരുടെയും ബോംബെയിൽ വലതുകാരു ടെയും ഏഴാം കോൺഗ്രസുകൾ ചേർന്നു. അവിഭക്ത കമ്യൂണിസ്റ്റ് പാർ ട്ടിയുടെ യഥാർഥ അനന്തരാവകാശികൾ തങ്ങളാണെന്ന് ഓരോ കോൺ ഗ്രസും പ്രഖ്യാപിച്ചു. പിളർപ്പ് ഒരു പൂർണ യാഥാർഥ്യമായി.

12

കേരള രാഷ്ട്രീയം 1964-'65

അഖിലേന്ത്യാതലത്തിൽ കമ്യൂണിസ്റ്റുപാർട്ടി പിളർന്ന് രണ്ടാകു ന്നതിന് സമാന്തരമായി കേരളത്തിലെ കോൺഗ്രസും പിളർന്ന് രണ്ടായി. ക്രിസ്ത്യൻ സമുദായത്തിൽപ്പെട്ട കോൺഗ്രസ് എം എൽ എ മാരിലും മറ്റ് നേതാക്കളിലും ഒരു വിഭാഗം മുഖ്യമന്ത്രിക്കും കൂട്ടർക്കുമെതിരെ വെല്ലുവിളി ഉയർത്തി. നിയമസഭയിൽ അവതരിപ്പിച്ച് പാസാക്കപ്പെട്ട അവിശ്വാസപ്രമേയത്തിനനുകൂലമായി അവർ വോട്ടു ചെയ്തു. തുടർന്ന് കേരളാ കോൺഗ്രസ് എന്ന പേരിൽ പുതിയ ഒരു സംഘടനയ്ക്ക് അവർ രൂപം നൽകി.

നയപരമായും രാഷ്ട്രീയമായും നോക്കിയാൽ ഈ പുതിയ വിഭാഗം കോൺഗ്രസുകാർ ഔദ്യോഗിക നേതൃത്വത്തെ അപേക്ഷിച്ച് കൂടുതൽ പുരോഗമനപരമായ നിലപാട് എടുത്തിരുന്നില്ല. നേരെ മറിച്ച് സ്വതന്ത്രാ പാർട്ടിയുടെ നിലപാടുകളോടാണ് അവർക്ക് ചായ്വുണ്ടായിരുന്നത്.

എങ്കിലും ഭരണവർഗത്തിൽപ്പെട്ട രണ്ട് വിഭാഗങ്ങൾ തമ്മിൽ പോരാ ടുന്ന അവസരത്തിൽ അവർ തമ്മിലുള്ള വൈരുധ്യമുപയോഗിച്ച് സ്വന്തം ശക്തി വർധിപ്പിക്കാൻ തൊഴിലാളിവർഗ വിപ്ലവകാരികൾ ശ്രമിക്കണ മെന്ന മാർക്സിസ്റ്റ്-ലെനിനിസ്റ്റ് വീക്ഷണം കേരളാ കോൺഗ്രസ് നേതൃത്വ ത്തിന്റെ നേരെ എടുക്കണമെന്ന നിലപാടാണ്, സി പി ഐ (എം) ആയി ക്കഴിഞ്ഞിരുന്നില്ലാത്ത അന്നത്തെ ഇടതുപക്ഷ കമ്യൂണിസ്റ്റുകാർ അംഗീകരിച്ചത്.

മറ്റൊരു രാഷ്ട്രീയ സംഭവവികാസംകൂടി ഇതിനിടയ്ക്ക് നടന്നിരുന്നു. 1959-60 തൊട്ട് കമ്യൂണിസ്റ്റുപാർട്ടിക്കെതിരെ കോൺഗ്രസിന്റെ കൂടെ നിന്നിരുന്ന മുസ്ലീംലീഗ് കോൺഗ്രസ് വിരുദ്ധ നിലപാട് എടുക്കാൻ തുടങ്ങി. അവിശ്വാസപ്രമേയം പാസായതിനെ തുടർന്ന് കോൺഗ്രസ്

ഗവൺമെന്റ് രാജി വച്ചപ്പോൾ അനിവാര്യമായിത്തീർന്ന ഇടക്കാല തിരഞ്ഞെടുപ്പിൽ കോൺഗ്രസിനെതിരായ നിലപാടാണ് ലീഗ് എടുക്കുക എന്ന് വ്യക്തമായി.

രാഷ്ട്രീയവും നയപരവുമായ സമീപനങ്ങൾ നോക്കിയാൽ കേരളാ കോൺഗ്രസിനെപോലെ ലീഗും വലതുപക്ഷത്തിന്റെ നിലപാടാണ് എടു ത്തിരുന്നത്. പക്ഷേ, കോൺഗ്രസും ലീഗും തമ്മിലുള്ള വൈരുധ്യം ഭര ണവർഗങ്ങളുടെ വിവിധ വിഭാഗങ്ങൾ തമ്മിലുള്ള വൈരുധ്യമായിക്കണ്ട് അതിനെ ഉപയോഗിക്കാൻ മാർക്സിസം-ലെനിനിസത്തിന്റെ വിപ്ലവകര മായ സമീപനം അംഗീകരിക്കുന്ന കമ്യൂണിസ്റ്റുകാർക്ക് ബാധ്യതയുണ്ട്.

ലീഗിനെയും കേരളയെയും കൂട്ടിയിണക്കുന്ന മറ്റൊരു കണ്ണിയുണ്ട്. മതവർഗീയത. ലീഗ് പരസ്യമായിത്തന്നെ മുസ്ലീം വർഗീയതയെ ആസ്പദ മാക്കിയാണ് പ്രവർത്തിക്കുന്നത്. കേരളാകോൺഗ്രസാകട്ടെ പ്രഖ്യാപി ക്കുന്നത് മതനിരപേക്ഷമായ കാഴ്ചപ്പാടാണ്: കേരളത്തിന്റെ ആവശ്യങ്ങ ൾക്കുവേണ്ടി പോരാടുന്ന കോൺഗ്രസുകാരാണ് തങ്ങളെന്ന് അവർ അവകാശപ്പെട്ടിരുന്നു. പക്ഷേ, പ്രായോഗികമായി നോക്കിയാൽ കേരളാ കോൺഗ്രസിന്റെ നേതാക്കളിൽ ബഹുഭൂരിപക്ഷവും കത്തോലിക്കാ പള്ളി മേധാവികളുടെ നിയന്ത്രണത്തിൽ നിൽക്കുന്നവരാണ്. ആ നിലയ്ക്ക് ഫലത്തിൽ അവരുടേതും ഒരു വർഗീയകക്ഷിയാണ്. അത് പ്രചരിപ്പിക്കുന്ന ആശയഗതികൾക്കും പ്രയോഗത്തിൽ വരുത്തുന്ന രാഷ്ട്രീയ സമീപനങ്ങൾക്കും എതിരായി പോരാടാൻ മാർക്സിസ്റ്റു- ലെനിനിസ്റ്റുകാർക്ക് ബാധ്യതയുണ്ട്.

ഇവിടെ ഒരു കാര്യം വ്യക്തമാക്കേണ്ടതുണ്ട്: ബൂർഷ്വാ ദേശീയവാദി കളുടേതിൽനിന്ന് വ്യത്യസ്തമായി ജാതി–മത വർഗീയതയെ തൊഴിലാളി വർഗ വീക്ഷണത്തോടെയാണ് മാർക്സിസ്റ്റ്-ലെനിനിസ്റ്റുകാർ കാണു ന്നത്. ജാതി–മത രാഷ്ട്രീയത്തോട് മൗലികമായ എതിർപ്പ് പ്രകടിപ്പി ക്കുമ്പോൾ തന്നെ, പിന്നോക്ക ജാതികളുടെയും ന്യൂനപക്ഷ മത വിഭാഗ ങ്ങളുടെയും ന്യായമായ അവകാശങ്ങൾക്കുവേണ്ടി പോരാടാൻ തൊഴി ലാളിവർഗ വിപ്ലവകാരികൾക്ക് കടമയുണ്ടെന്ന് മാർക്സിസ്റ്റ്-ലെനിനി സ്റ്റുകാർ കരുതുന്നു.

ജാതി–മത രാഷ്ട്രീയം കൈകാര്യം ചെയ്യുന്ന പാർട്ടികളും നേതാ ക്കളും കോൺഗ്രസിന്റെ നേതാക്കളെപ്പോലെതന്നെ ചൂഷക വർഗ ങ്ങളുടെ പ്രതിനിധികളാണ്. അവരുമായി മൗലികമായ ഒത്തുതീർപ്പിൽ എത്തുന്ന പ്രശ്നം മാർക്സിസ്റ്റ്-ലെനിനിസ്റ്റുകാരെ സംബന്ധിച്ചിട ത്തോളം ഉദിക്കുന്നില്ല. പക്ഷേ, ഒരേ ഭരണവർഗത്തിന്റെ വിവിധ വിഭാഗങ്ങൾ കോൺഗ്രസും കേരളാ കോൺഗ്രസും മുസ്ലീം ലീഗുമായി തിരിഞ്ഞുനിന്ന് മത്സരിക്കുമ്പോൾ അവർ തമ്മിലുള്ള വൈരുധ്യം സമർഥമായി ഉപയോഗിക്കാൻ തൊഴിലാളിവർഗ വിപ്ലവകാരികൾക്ക് ബാധ്യതയുണ്ട്.

ഈ കാഴ്ചപ്പാടനുസരിച്ചുള്ള തന്ത്രവും അടവുകളുമാണ് സി പി

ഐ (എം) ന്റെ രൂപീകരണത്തിലേക്ക് നീങ്ങുന്ന കേരളത്തിലെ ഇടതു പക്ഷ കമ്യൂണിസ്റ്റുകാർ നിർദേശിച്ചത്. അവരുടെ നിർദേശത്തിൽ രണ്ട് മുഖ്യ ഭാഗങ്ങളുണ്ടായിരുന്നു.

ഒന്നാമത്, പിരിഞ്ഞ് രണ്ടായിക്കൊണ്ടിരിക്കുന്ന കമ്യൂണിസ്റ്റുകാരും ആർ എസ് പി യും ചേർന്ന് ഒരു ഇടതുപക്ഷ കൂട്ടുകെട്ടുണ്ടാക്കണം. കമ്യൂണിസ്റ്റു പാർട്ടിയുടെ നാഷണൽ കൗൺസിലിൽനിന്ന് 32 ഇടതു പക്ഷ മെമ്പർമാർ ഇറങ്ങിപ്പോവുകയും അവരെ മറ്റുള്ളവർ സസ്പെൻ ഷനിലാക്കുകയും ചെയ്തപ്പോൾത്തന്നെ അതിനുള്ള ആഹ്വാനം കേരള ത്തിലെ ഇടതുപക്ഷ കമ്യൂണിസ്റ്റുകാർ വലതുകാരുടെ മുമ്പിൽ നൽകി യിരുന്നു.

രണ്ടാമത്, ഭരണവർഗങ്ങളുടെ വിവിധ ഭാഗങ്ങൾ തമ്മിൽ നില നിൽക്കുന്ന വൈരുധ്യം ഉപയോഗപ്പെടുത്തുകയെന്ന മാർക്സിസ്റ്റ്-ലെനിനിസ്റ്റ് തന്ത്രമനുസരിച്ച് ലീഗും കേരളയുമായി പ്രായോഗികതല ത്തിൽ ധാരണകളും നീക്കുപോക്കുകളുമുണ്ടാക്കി കോൺഗ്രസിനെ ഒറ്റപ്പെടുത്തി പരാജയപ്പെടുത്തുക.

ഇവിടത്തെ കമ്യൂണിസ്റ്റുകാർ കേരളത്തിലെ സ്ഥിതിഗതികൾവെച്ചു മാത്രം അംഗീകരിച്ച തന്ത്രവും അടവുകളുമായിരുന്നില്ല അത്. സി പി ഐ (എം) ന്റെ സ്ഥാപക സമ്മേളനമെന്ന് പറയാവുന്ന ഏഴാം (കൽക്ക ത്ത) കോൺഗ്രസ് അംഗീകരിച്ച രാഷ്ട്രീയ റിപ്പോർട്ടിൽത്തന്നെ അഖി ലേന്ത്യാ തോതിൽ ബാധകമാക്കേണ്ട തന്ത്രമായി ഇത് ഉൾപ്പെടുത്തിയി രുന്നു. കോൺഗ്രസ് നേതൃത്വത്തിന്റെ ജനവിരുദ്ധ നയങ്ങൾക്കെതിരെ കോൺഗ്രസിനകത്തു നിന്നോ പുറത്തു നിന്നോ വരുന്ന എല്ലാ എതിർപ്പു കളെയും ഉപയോഗപ്പെടുത്തി കോൺഗ്രസിനെ ഒറ്റപ്പെടുത്തുകയെന്ന പൊതുതന്ത്രമാണ് ഏഴാം കോൺഗ്രസ് അംഗീകരിച്ചത്.

കോൺഗ്രസ് നേതൃത്വത്തിനെതിരെ ഉയർന്നുവരുന്ന അസംതൃപ്തി യെയും അസ്വസ്ഥതയെയും ഉപയോഗപ്പെടുത്താതിരിക്കുക എന്ന വിഭാഗീയ സമീപനത്തിനെതിരെ ഏഴാം കോൺഗ്രസ് ഉഗ്രമായ താക്കീതു തന്നെ നൽകി. ഈ പൊതു പശ്ചാത്തലത്തിലാണ് പ്രാദേശിക തല ത്തിൽ ലീഗും കേരളയുമായി ധാരണയോ നീക്കുപോക്കുകളോ ഉണ്ടാക്കി കോൺഗ്രസിനെ ഒറ്റപ്പെടുത്തുകയെന്ന കേരള സഖാക്കളുടെ തന്ത്രം ശരിവച്ചുകൊണ്ട് ഒരു പ്രത്യേക പ്രമേയംതന്നെ കോൺഗ്രസ് പാസാ ക്കിയത്.

ഈ തന്ത്രത്തെയും അടവുകളെയും അടിസ്ഥാനപരമായിത്തന്നെ സി പി ഐ വെല്ലുവിളിച്ചു. തുടക്കത്തിൽ ഇടതു-വലതു കമ്യൂണിസ്റ്റു കാരും ആർ എസ് പി യും ചേർന്ന് മുന്നണി ഉണ്ടാക്കുന്നതിനോടു തന്നെ അവർ വിയോജിച്ചു. "കമ്യൂണിസ്റ്റുപാർട്ടിയെ പിളർന്ന് രണ്ടാക്കിയവരു മായി ഒരു കൂട്ടുകെട്ടുമില്ല" എന്ന നിലപാടാണ് ആദ്യം അവർ എടുത്തത്. പക്ഷേ, തിരഞ്ഞെടുപ്പ് സുനിശ്ചിതമായപ്പോൾ കോൺഗ്രസിനെ പരാജയപ്പെടുത്താൻ ഇടതുപക്ഷ കക്ഷികൾ യോജിക്കണമെന്ന പൊതു

ജനാഭിപ്രായത്തിന് അവർ വഴങ്ങി. എന്നാൽ, "കോൺഗ്രസിനെക്കാളും കൂടുതൽ പിന്തിരിപ്പന്മാരായ" ലീഗിനെയും കേരളയെയും കൊടിൽ കൊണ്ടുപോലും തൊട്ടുകൂടെന്ന് അവർ നിർബന്ധിച്ചു. അതംഗീക രിക്കാൻ സി പി ഐ (എം) തയാറില്ലെന്നുവന്നപ്പോൾ ഒരുവശത്ത് സി പി ഐ (എം) നും മറുവശത്ത് കോൺഗ്രസിനുമെതിരായ ഒരു രാഷ്ട്രീയ കൂട്ടുകെട്ട് സി പി ഐ യും ആർ എസ് പി യും തമ്മിൽ ഉണ്ടാക്കി. അങ്ങനെ മിക്കവാറും എല്ലാ മണ്ഡലങ്ങളിലും കോൺ ഗ്രസിനെതിരെ രണ്ട് മുന്നണികൾ രംഗപ്രവേശനം ചെയ്തു. സി പി ഐ (എം) ന്റെ നേതൃത്വത്തിലും ലീഗുമായി ചിലയിടത്ത് പ്രാദേശിക നീക്കുപോക്കുക ളോടുകൂടിയും മറ്റ് ചില ഇടതുപക്ഷ ഗ്രൂപ്പുകൾകൂടി ചേർന്നുള്ള ഒരു മുന്നണി; സി പി ഐ യും ആർ എസ് പി യും ചേർന്നുള്ള മറ്റൊരു മുന്നണി. ഇവയ്ക്കു പുറമെ കുറെ മണ്ഡലങ്ങളിൽ കേരളാ കോൺ ഗ്രസും ലീഗും യോജിച്ചുള്ള മത്സരങ്ങളുമുണ്ടായിരുന്നു. (സി പി ഐ (എം) മായി പ്രാദേശിക തലത്തിൽപ്പോലും കൂട്ടുകെട്ടുണ്ടാക്കാൻ കേരളക്കാർ തയാറില്ലായിരുന്നു.

തിരഞ്ഞെടുപ്പ് രൂക്ഷമായ ഒരു രാഷ്ട്രീയ സമരമായിരുന്നു. അതിൽ സി പി ഐ(എം) നെ താറടിച്ചു കാണിക്കുന്നതിന് കേന്ദ്ര കോൺഗ്രസ് ഗവൺമെന്റിന്റെ ആഭ്യന്തരവകുപ്പ് സി പി ഐ (എം) കാർ 'ചൈനാ ഏജന്റുമാരാ'ണെന്ന് സ്ഥാപിക്കാൻ ശ്രമിക്കുന്ന ഒരു 'ധവളപത്രം' ഇറക്കി. അതിലെ വാദമുഖങ്ങളെല്ലാം സി പി ഐ–ആർ എസ് പി കൂട്ടുകെട്ടിന്റെ പ്രചാരവേലയിൽ ആവർത്തിച്ചു.

പോരെങ്കിൽ, സ്ഥാനാർഥികളിൽ ബഹുഭൂരിപക്ഷം അടക്കം സി പി ഐ (എം) ന്റെ പ്രധാന പ്രവർത്തകരെല്ലാം ജയിലിലായിരുന്നു (ഈ ലേഖകൻ മാത്രമേ വെളിയിലുണ്ടായിരുന്നുള്ളൂ). ഈ പ്രയാസങ്ങളെല്ലാം നേരിടേണ്ടി വന്ന സി പി ഐ (എം) തിരഞ്ഞെടുപ്പിൽ പരാജയപ്പെടു മെന്നായിരുന്നു എതിരാളികളുടെ കണക്കുകൂട്ടൽ.

പക്ഷേ, തിരഞ്ഞെടുപ്പുഫലം പുറത്തുവന്നപ്പോൾ ഏറ്റവുമധികം സീറ്റിൽ ജയിച്ച പാർട്ടി എന്ന പദവി സി പി ഐ (എം)ന് കിട്ടി. കോൺ ഗ്രസ് രണ്ടാം സ്ഥാനത്തേക്ക് നീങ്ങി. സി പി ഐ ആകട്ടെ, ദയനീയമായി പരാജയപ്പെട്ടു. നൂറിലേറെ സ്ഥാനാർഥികളെ നിർത്തിയ ആ പാർട്ടിക്ക് കിട്ടിയത് വെറും മൂന്ന് സീറ്റാണ്; ബഹുഭൂരിപക്ഷം സീറ്റുകളിൽ കെട്ടിവച്ച കാശ് നഷ്ടപ്പെട്ടു.

കെട്ടിവച്ച കാശ് നഷ്ടപ്പെട്ട പാർട്ടികളിൽ ഒന്നാം സ്ഥാനം സി പി ഐക്കും സീറ്റ് നേടിയതിൽ ഒന്നാം സ്ഥാനം സി പി ഐ(എം) നും കിട്ടി. സി പി ഐ യുടെ രാഷ്ട്രീയ സമീപനം തികഞ്ഞ പാപ്പരത്തമാ ണെന്ന സത്യം അവർക്കുപോലും അംഗീകരിക്കേണ്ടിവന്നു.

ഏറ്റവുമധികം സീറ്റുകിട്ടിയത് സി പി ഐ(എം) നായിരുന്നെങ്കിലും അതിന്റേതായ ഒരു ഗവൺമെന്റു രൂപീകരിക്കാൻ അവർക്കു കഴിയു മായിരുന്നില്ല. തിരഞ്ഞെടുക്കപ്പെട്ട മെമ്പർമാരിൽ ഭൂരിപക്ഷവും ജയിലി

ലായിരുന്നു. അവരെ വിട്ട് പുതിയ ഗവൺമെന്റ് ഉണ്ടാക്കുന്ന കാര്യം സംബന്ധിച്ച് മറ്റ് കോൺഗ്രസിതര പാർട്ടികളുമായി കൂടിയാലോചന നടത്താൻ അവസരം നൽകണമെന്ന സി പി ഐ (എം)ന്റെ അഭ്യർഥന ഗവർണർ തള്ളിക്കളഞ്ഞു. "ആർക്കും ഭൂരിപക്ഷമില്ലാത്ത സാഹചര്യ ത്തിൽ പുതിയ ഗവൺമെന്റിന് സാധ്യതയി"ല്ലെന്ന കാരണം പറഞ്ഞ് തിരഞ്ഞെടുക്കപ്പെട്ട നിയമസഭ യോഗം ചേരാൻ തന്നെ അനുവദിക്കാതെ ഗവർണർ പിരിച്ചുവിട്ടു. അങ്ങനെ വീണ്ടും സംസ്ഥാനം പ്രസിഡന്റു ഭരണത്തിലായി.

ഇത് സ്വാഭാവികമായി സി പി ഐ നേതൃത്വത്തിനകത്ത് വീണ്ടു വിചാരത്തിന് വഴിവച്ചു. ലീഗിനോടുള്ള അസ്പൃശ്യത മാറ്റിവച്ച് ആ പാർട്ടിക്കുകൂടി പങ്കുള്ള ഒരു പുതിയ രാഷ്ട്രീയ കൂട്ടുകെട്ട് രൂപപ്പെടു ത്തണമെന്ന അഭിപ്രായത്തിലേക്ക് സി പി ഐ ചെന്നെത്തി. അത് സാധ്യ മാക്കുന്നതിനുള്ള മാർഗമെന്നനിലയ്ക്ക് സി പി ഐ(എം) സഖാക്കളെ ജയിലിൽ നിന്ന് വിട്ടുകിട്ടാനും അനുദിനം വഷളായിക്കൊണ്ടിരിക്കുന്ന ഭക്ഷ്യപ്രശ്നത്തിന് പരിഹാരം കാണാനും വ്യാപകമായ ഒരു ബഹുജന പ്രസ്ഥാനം സംഘടിപ്പിക്കുന്നതിൽ സി പി ഐ കൂടി പങ്കുകൊണ്ടു.

പക്ഷേ, സി പി ഐ (എം)മായി നടന്ന സംഘട്ടനത്തിൽ തങ്ങൾക്ക് പറ്റിയ അമളി സി പി ഐ നേതാക്കളെ രോഷാകുലരാക്കി. അതിന്റെ പരിണാമമാണ് ഇനി വിവരിക്കാൻ പോകുന്നത്.

13

കേരള-ബംഗാൾ ഗവൺമെന്റുകൾ

ആയിരത്തി തൊള്ളായിരത്തി അറുപത്തിയഞ്ചിലെ ഇടക്കാല തിര ഞ്ഞെടുപ്പ് കേരളത്തിൽ മാത്രമാണല്ലോ നടന്നത്. അതിൽ മത്സരിക്കു ന്നതിന് സി പി ഐ അംഗീകരിച്ച തന്ത്രം പൊളിഞ്ഞുപോയതോടെ അതിലൊരു മാറ്റം വരുത്താൻ ആ പാർട്ടിയുടെ നേതാക്കൾ തീരുമാനിച്ചു.

1967 ലെ തിരഞ്ഞെടുപ്പിൽ സി പി ഐ(എം) ന്റെ നേതൃത്വത്തി ലുള്ളതും മുസ്ലീം ലീഗിനുകൂടി പങ്കുള്ളതുമായ കോൺഗ്രസ് വിരുദ്ധമുന്ന ണിയിൽ ആ പാർട്ടിയും ചേർന്നു. തുടർന്ന് രൂപംകൊണ്ട സപ്തകക്ഷി മന്ത്രിസഭയിൽ അവരും പങ്കാളികളായിരുന്നു. അങ്ങനെ ഇന്ത്യൻ കമ്യൂ ണിസ്റ്റ് പ്രസ്ഥാനത്തിന്റെ ശക്തിദുർഗങ്ങളിലൊന്നായ കേരളത്തിൽ സി പി ഐ (എം) തങ്ങളെക്കാൾ വലിയ പാർട്ടിയാണെന്ന് അവർ അംഗീ കരിച്ചു.

ഇന്ത്യൻ കമ്യൂണിസ്റ്റ് പ്രസ്ഥാനത്തിന്റെ മറ്റൊരു ശക്തിദുർഗ മാണല്ലോ പശ്ചിമബംഗാൾ. അവിടെ കേരളത്തിലെ ആദ്യപരീക്ഷണം പോലുള്ള ഒന്ന് നടന്നിരുന്നില്ല. അതുകൊണ്ട് സി പി ഐ (എം) ആണ് വലിയ പാർട്ടിയെന്ന് അവിടത്തെ സി പി ഐ അംഗീകരിച്ചില്ല.

1967 ലെ തിരഞ്ഞെടുപ്പാകട്ടെ, കേരളവും പശ്ചിമബംഗാളുമടക്കം ഇന്ത്യയിലാകെ നടന്ന തിരഞ്ഞെടുപ്പായിരുന്നു. ഓരോ സംസ്ഥാന ത്തെയും സ്ഥിതി ഓരോന്നായിരുന്നു. സി പി ഐ യുടെ തിരഞ്ഞെടുപ്പു തന്ത്രവും വിവിധ സംസ്ഥാനങ്ങളിൽ വിവിധങ്ങളായിരുന്നു.

പശ്ചിമബംഗാളിൽ സി പി ഐ (എം) ന്റെ നേതൃത്വത്തിലുള്ള ഇടതുപക്ഷ മുന്നണിക്കെതിരെ ബംഗ്ലാ കോൺഗ്രസ് എന്ന ഒരു പുതിയ പാർട്ടിയുമായി ചേർന്ന് സമാന്തരമുന്നണി സി പി ഐ രൂപീകരിച്ചു. ഒരുവശത്ത് കോൺഗ്രസിനെയും മറുവശത്ത് ഇടതുപക്ഷ മുന്നണി

യെയും എതിർക്കുന്ന നിലപാടായിരുന്നു ഈ മുന്നണിക്ക്.

ഈ മത്സരം നിമിത്തം ഇടതുപക്ഷ മുന്നണിക്കോ കോൺഗ്രസിനോ വ്യക്തമായ ഭൂരിപക്ഷമില്ലാത്ത നിയമസഭയാണ് തിരഞ്ഞെടുക്കപ്പെട്ടത്. അതുകൊണ്ട് കോൺഗ്രസ് മന്ത്രസഭ വരുന്നത് ഒഴിവാക്കുന്നതിനുവേണ്ടി ഇടതുപക്ഷമുന്നണിയും സി പി ഐ–ബംഗ്ലാ കോൺഗ്രസ് മുന്നണിയും ചേർന്ന് ഒരു കൂട്ടുകക്ഷി ഗവൺമെന്റ് ഉണ്ടാക്കണമെന്ന് ഇരുവിഭാഗ ങ്ങളും തമ്മിൽ ധാരണയുണ്ടായി.

ബംഗ്ലാ കോൺഗ്രസിന്റെ പ്രസിഡന്റ് അജയ്മുഖർജി മുഖ്യ മന്ത്രിയും സി പി ഐ (എം) ന്റെ ജ്യോതിബസു ഡപ്യൂട്ടി മുഖ്യമന്ത്രിയു മെന്ന അടിസ്ഥാനത്തിൽ സംസ്ഥാനത്തിലെ ആദ്യത്തെ കോൺ ഗ്രസിതര മന്ത്രിസഭ നിലവിൽ വന്നു. അതിലും സി പി ഐ (എം) ന്റെ നേതൃത്വപരമായ പങ്ക് സി പി ഐ അംഗീകരിച്ചുവെന്നർഥം.

തമിഴ്നാട്, ഒറീസ, ബീഹാർ, ഉത്തർപ്രദേശ്, പഞ്ചാബ്, മധ്യപ്രദേശ്, രാജസ്ഥാൻ എന്നീ സംസ്ഥാനങ്ങളിലും തിരഞ്ഞെടുപ്പിനുശേഷം കോൺഗ്രസിതര ഗവൺമെന്റുകൾ നിലവിൽ വന്നു. അവയിൽ തമിഴ്നാ ട്ടിൽ ഡി എം കെ യുടെയും ഒറീസയിൽ സ്വതന്ത്ര പാർട്ടിയുടെയും ഏകകക്ഷി ഗവൺമെന്റുകളാണ് നിലവിൽ വന്നത്. മറ്റെല്ലായിടത്തും സ്വതന്ത്ര, ജനസംഘം, അകാലി, വിവിധ വിമത കോൺഗ്രസുകാരുടെ സംഘടനകൾ എന്നിവ ചേർന്ന 'സംയുക്തവിധായകദൾ' ഗവൺമെന്റു കൾ നിലവിൽ വന്നു. ഉത്തർപ്രദേശിലും ബീഹാറിലുമുള്ള ഗവൺമെന്റു കളിൽ പങ്കുകൊള്ളാൻ സി പി ഐ(എം) നും സി പി ഐക്കും ക്ഷണം കിട്ടി. സി പി ഐ(എം) അതംഗീകരിച്ചില്ല. സി പി ഐ സ്വീകരിച്ചു.

ഈ വ്യത്യാസത്തിനുള്ള കാരണം കോൺഗ്രസിനെതിരെ രൂപം കൊണ്ട ഐക്യമുന്നണികളുടെ രാഷ്ട്രീയ സ്വഭാവവും വർഗപരമായ അടിത്തറയും സംബന്ധിച്ച് ഇരുപാർട്ടികളും തമ്മിലുള്ള അഭിപ്രായ വ്യത്യാസമായിരുന്നു. സ്വതന്ത്ര, ജനസംഘം തൊട്ടുള്ള പാർട്ടികളെ 'കോൺഗ്രസിനെ അപേക്ഷിച്ച്' കൂടുതൽ പിന്തിരിപ്പന്മാരായി മുമ്പ് കണ്ടി രുന്ന സി പി ഐ ഇപ്പോൾ കോൺഗ്രസിനെ അധികാരഭ്രഷ്ടമാക്കുന്നതിന് ഈ 'പിന്തിരിപ്പൻ പാർട്ടി'കളുടെ കൂടെ കൂടുകയെന്ന നിലപാടിലെത്തി.

സി പി ഐ(എം) ആകട്ടെ, മുമ്പെന്നപോലെ, ഇപ്പോഴും സ്വതന്ത്ര, ജനസംഘം മുതലായ വലതുപക്ഷ പിന്തിരിപ്പൻ പാർട്ടികളുടെയും കോൺഗ്രസിന്റെയും വർഗസ്വഭാവം ഒന്നാണെന്ന സമീപനത്തോടെ യാണ് പ്രശ്നം കൈകാര്യം ചെയ്തത്. ഈ ബൂർഷ്വാ പാർട്ടികളിൽവച്ച് ഏറ്റവും വലുതും അതുകൊണ്ട് ഏറ്റവും ആപൽക്കാരിയുമായ കോൺ ഗ്രസിനെ അധികാരഭ്രഷ്ടമാക്കുന്നതിന് ബൂർഷ്വാ പ്രതിപക്ഷ കക്ഷി കളായി താൽക്കാലികവും പ്രായോഗികവുമായ നീക്കുപോക്കുകൾ ഉണ്ടാക്കാൻ തയാറായിരുന്നു; പക്ഷേ, അവയോട് ചേർന്ന് ഒരു സ്ഥിരമായ മുന്നണി ഉണ്ടാക്കാനോ കൂട്ടുകക്ഷി ഗവൺമെന്റിൽ പങ്കാളിയാകാനോ പാർട്ടി തയ്യാറില്ലായിരുന്നു.

ഇടതുപക്ഷ കക്ഷികൾക്ക് നിർണായകപങ്കുള്ള കേരളം, പശ്ചിമ ബംഗാൾ എന്നീ രണ്ട് സംസ്ഥാനങ്ങളിൽ മാത്രമേ യഥാക്രമം മുസ്ലിം ലീഗിനും ബംഗ്ളാകോൺഗ്രസിനും പങ്കുള്ള ഗവൺമെന്റുകൾക്ക് നേതൃത്വം വഹിക്കാൻ പാർട്ടി തയാറായിരുന്നുള്ളു. അതുകൊണ്ടാണ് സി പി ഐ പങ്കെടുത്ത മൂന്ന് (പഞ്ചാബ്, ഉത്തർപ്രദേശ്, ബീഹാർ) ഗവൺ മെന്റുകളിൽനിന്ന് സി പി ഐ (എം) ഒഴിഞ്ഞുനിന്നത്. ഗവൺമെന്റിന്റെ നയങ്ങളും നടപടികളും രൂപപ്പെടുത്തുന്നതിൽ ഫലപ്രദമായി പങ്കുവഹി ക്കാൻ കഴിയാത്ത കൂട്ടുകക്ഷി ഗവൺമെന്റുകളിൽ മാർക്സിസ്റ്റ്–ലെനിനി സ്റ്റുകാർ പങ്കുകൊള്ളുന്നത് ആത്മഹത്യാപരമാണെന്ന നിലപാടാണ് സി പി ഐ (എം) എടുത്തത്.

കേരളവും പശ്ചിമബംഗാളുമടക്കം എട്ടു സംസ്ഥാനങ്ങളിൽ കോൺ ഗ്രസിതര ഗവൺമെന്റുകൾ നിലവിൽ വരികയും അതിൽ രണ്ടെണ്ണത്തിൽ ഇടതുപക്ഷ പാർട്ടികൾക്ക് നിർണായകമായ പങ്കുണ്ടാവുകയും ചെയ്ത ദേശീയ സാഹചര്യം സി പി ഐ (എം) ന്റെ സെൻട്രൽ കമ്മിറ്റി സനിഷ് കർഷമായി പരിശോധിച്ചു. അതിന്റെ ഫലമായി കമ്മിറ്റി ചെന്നെത്തിയ നിഗമനങ്ങൾ സാമാന്യം ദീർഘമായ ഒരു റിപ്പോർട്ടിൽ കമ്മിറ്റി ഉൾ കൊള്ളിച്ചു.

ഇതുപോലൊരു സമഗ്രപരിശോധന സി പി ഐ നടത്തിയിരുന്നില്ല. അതുകൊണ്ട് ആ പാർട്ടി മുമ്പ് അംഗീകരിച്ചിരുന്നതും ഇപ്പോൾ നടപ്പിലാ ക്കുന്നതുമായ നയങ്ങൾ തമ്മിൽ എന്തു വ്യത്യാസമെന്ന് പാർട്ടിമെമ്പർ മാരെയോ ബഹുജനങ്ങളെയോ പഠിപ്പിക്കാൻ സി പി ഐ ക്ക് കഴിഞ്ഞില്ല.

ഉദാഹരണത്തിന്, 1965 ലെ ഇടക്കാലതിരഞ്ഞെടുപ്പിൽ ലീഗുമായി പ്രാദേശിക തലത്തിൽ നീക്കുപോക്കുകൾപോലും ഉണ്ടാക്കുകയില്ലെന്ന നിലപാടെടുത്ത കേരളത്തിലെ സി പി ഐ 1967 ൽ ലീഗിനുകൂടി സ്ഥാനമുള്ള മന്ത്രിസഭയിൽ പങ്കുകൊള്ളുന്നത് എന്തുകൊണ്ട് എന്ന ചോദ്യത്തിന് തൃപ്തികരമായ മറുപടി പറയാൻ അവർക്ക് കഴിഞ്ഞില്ല.

പഞ്ചാബിലും ഉത്തർപ്രദേശിലും ബീഹാറിലും അകാലിദൾ, ജന സംഘം, സ്വതന്ത്ര എന്നിവയുമായിചേർന്ന് ഭരണത്തിലിരിക്കുന്നതിനെ ന്യായീകരിക്കുന്ന ഒരു വാദഗതിയും അവർക്കുന്നയിക്കാൻ കഴിഞ്ഞില്ല.

ഭരണത്തിലെത്താൻ സൗകര്യമുള്ള എല്ലായിടത്തും മന്ത്രിസ്ഥാനം കൈവശപ്പെടുത്തുകയെന്ന ഒരേയൊരു കാഴ്ചപ്പാടേ അവർക്കുണ്ടായി രുന്നുള്ളു.

ഇടതുപക്ഷ നേതൃത്വത്തിലുള്ള കേരളം, പശ്ചിമബംഗാൾ എന്നീ സംസ്ഥാനങ്ങളിലും വലതുപക്ഷ നേതൃത്വത്തിലുള്ള പഞ്ചാബ്, ഉത്തർ പ്രദേശ്, ബീഹാർ എന്നിവിടങ്ങളിലും ഒരേപോലെ മന്ത്രിസ്ഥാനത്തിരി ക്കുക മാത്രമല്ല സി പി ഐ ചെയ്തത്. കേരളത്തിലും പശ്ചിമബംഗാ ളിലും തങ്ങൾക്കുള്ള ഗവൺമെന്റ് പങ്കാളിത്തം മുഖ്യഎതിരാളിയായ സി പി ഐ (എം) നെ അധികാരഭ്രഷ്ടമാക്കാൻ ഉപയോഗിക്കുകകൂടി അവർ ചെയ്തു. അതിനുവേണ്ടി പശ്ചിമബംഗാളിൽ ബംഗ്ളാകോൺ

ഗ്രസിനെയും കേരളത്തിൽ മുസ്ലീംലീഗ്, സോഷ്യലിസ്റ്റ് പാർട്ടിയിലൊരു വിഭാഗം എന്നിവയെയും ഉപയോഗിക്കുന്നതിനുവേണ്ടി മുന്നണിക്കുള്ളിൽ ഒരു കുറുമുന്നണിയുണ്ടാക്കുകയെന്ന തന്ത്രം അവർ ആവിഷ്കരിച്ചു.

അതിന് പശ്ചിമബംഗാളിലുണ്ടായ വിജയമാണ് ആദ്യത്തെ അജയ് മുഖർജി ഗവൺമെന്റിനെ താഴത്തിറക്കി ഇടക്കാല തിരഞ്ഞെടുപ്പിൽ ചെന്നെത്തിയത്. അപ്പോഴും ഇടതുപക്ഷമുന്നണിക്ക് നിർണായക വിജയ മുണ്ടായപ്പോൾ സി പി ഐ യും ബംഗ്ലാ കോൺഗ്രസും ചേർന്ന് വീണ്ടും കുറുമുന്നണിയുണ്ടാക്കി. ഇതിന്റെ ഫലമാണ് രണ്ടാം ഐക്യമുന്നണി ഗവൺമെന്റിന്റെ പതനവും പ്രസിഡന്റ് ഭരണവും.

കേരളത്തിലാകട്ടെ, 1967 ൽ ആദ്യം രൂപംകൊണ്ട സപ്തകക്ഷി ഗവൺമെന്റ് രണ്ടേമുക്കാൽ വർഷം നിലനിന്നു. പക്ഷേ, അതിന്റെ ആദ്യ വാരത്തിൽത്തന്നെ സി പി ഐ യും ആർ എസ് പിയും സി പി ഐ(എം) നെതിരെ നീങ്ങാൻ തുടങ്ങി. അത്യന്തം പ്രയാസകരമായ ഭക്ഷ്യ ദൗർല ഭ്യത്തിനും വിലക്കയറ്റത്തിനും ഉത്തരവാദി ഭക്ഷ്യവകുപ്പ് കൈകാര്യം ചെയ്യുന്ന സി പി ഐ (എം) മന്ത്രിയാണെന്ന് അവർ പറഞ്ഞുപരത്തി. സി പി ഐ യുടെ കൂടെ നിന്നിരുന്ന ആർ എസ് പി യാകട്ടെ, ഗവൺ മെന്റിലെ സി പി ഐ(എം) നേതൃത്വത്തിനെതിരെ സംഘടിതമായ ഒരാ ക്രമണം പരസ്യമായിത്തന്നെ നടത്തി; അതിലാണ് സി പി ഐ(എം) നെതിരെ ആദ്യമായി ഒരഴിമതി ആരോപണം ഉന്നയിക്കപ്പെട്ടത്. സി പി ഐയും ആർ എസ് പി യും നടത്തിയ ഈ രാഷ്ട്രീയാക്രമണങ്ങൾക്ക് ബൂർഷ്വാ പത്രങ്ങൾ വ്യാപകമായ പ്രചാരണം നൽകുകയും ചെയ്തു.

സപ്തകക്ഷി മുന്നണിയിലെ ഘടകകക്ഷികളായ മുസ്ലീംലീഗും സോഷ്യലിസ്റ്റ് പാർട്ടിയും ഈ സി പി ഐ(എം) വിരുദ്ധ ആക്രമണ ങ്ങൾക്ക് തുടക്കത്തിൽ കൂട്ടുനിന്നില്ല. പക്ഷേ, ക്രമേണ ലീഗിനെയാ കെയും സോഷ്യലിസ്റ്റ് പാർട്ടിയിലെ ഒരു വിഭാഗത്തെയും തങ്ങളുടെ കൂടെ കൊണ്ടുവരാൻ അവർക്ക് കഴിഞ്ഞു; അങ്ങനെ സപ്തകക്ഷിമു ന്നണി രണ്ടുചേരിയായി പിരിഞ്ഞു; സി പി ഐ (എം), സോഷ്യലിസ്റ്റ് പാർട്ടിയിലൊരു വിഭാഗം, കെ എസ് പി, കെ ടി പി എന്നിവ ഒരു വശത്ത്; സി പി ഐ, ആർ എസ് പി, ലീഗ്, സോഷ്യലിസ്റ്റ് പാർട്ടിയിലൊരു വിഭാഗം എന്നിവർ മറു ചേരിയിൽ. ഈ രണ്ടാമത്തെ ചേരിയാണ് സപ്തകക്ഷി മുന്നണിയിലെ 'കുറുമുന്നണി' എന്നപേരിൽ അറിയപ്പെട്ടിരുന്നത്.

ഇതിനിടയ്ക്ക് അഖിലേന്ത്യാ തലത്തിൽ കോൺഗ്രസ് രാഷ്ട്രീയം മാറിക്കൊണ്ടിരിക്കുകയായിരുന്നു. പ്രധാനമന്ത്രി ഇന്ദിരാഗാന്ധിയും ഡപ്യൂട്ടി പ്രധാനമന്ത്രി മൊറാർജി ദേശായിയും തമ്മിലുള്ള ബന്ധം വഷളായി. പ്രത്യക്ഷത്തിൽ ഇടതുപക്ഷസ്വഭാവമുള്ള ചില നടപടികൾ പ്രധാനമന്ത്രി എടുത്തു. അവയെ തുറന്നെതിർത്ത ഡപ്യൂട്ടി പ്രധാനമന്ത്രി സ്ഥാനഭ്രഷ്ടനായി. ഇരുവരുടെയും നേതൃത്വത്തിൽ സമാന്തരമായി രണ്ട് കോൺഗ്രസ് സംഘടനകൾ നിലവിൽ വന്നു. അവയിലൊന്ന് (ഇന്ദിരാഗാ

ഡിയുടെ നേതൃത്വത്തിലുള്ളത്) 'ഇടതുപക്ഷ' സ്വഭാവമുള്ള ചില നടപടി കളെടുക്കുകയും മറ്റേത് അവയെ എതിർക്കുകയും ചെയ്തിരുന്നതിനാൽ ആദ്യത്തേതിന് പരിമിതവും താൽക്കാലികവുമായ പിന്തുണ നൽകാൻ ഇടതുപക്ഷ പാർട്ടികൾ തീരുമാനിച്ചു.

ഈ സാഹചര്യം ഉപയോഗിച്ചാണ് കേരളത്തിലെയും പശ്ചിമബംഗാ ളിലെയും 'കുറുമുന്നണികൾ' സി പി ഐ (എം) നേതൃത്വത്തിനെതിരായി രൂക്ഷമായ ഒരാക്രമണം നടത്തിയത്. അതിന്റെ ഫലമായി 1969 ഒക്ടോ ബറിൽ കേരളാഗവണ്മെന്റും തുടർന്നുള്ള മാസങ്ങളിൽ പശ്ചിമബംഗാ ളിലെ രണ്ടാം ഇടതുപക്ഷ ഗവണ്മെന്റും നിലംപതിച്ചു.

ഇതിന് കളമൊരുക്കിയ സി പി ഐ നേതൃത്വത്തിന് സ്വന്തം നില പാട് ന്യായീകരിക്കാൻ ഒരു വാദഗതിയുണ്ടായിരുന്നു.

പുരോഗമനപരം, പിന്തിരിപ്പൻ എന്ന രാഷ്ട്രീയ ചേരികളായി കോൺ ഗ്രസ് നേതൃത്വം പിരിഞ്ഞിരിക്കുന്നു. അവയിലാദ്യത്തേതിന്റെ കൂടെ നിൽക്കാൻ മാർക്സിസ്റ്റ്-ലെനിനിസ്റ്റുകാർക്ക് ബാധ്യതയുണ്ട്. പക്ഷേ, ചൈനാപക്ഷപാതികളായ സി പി ഐ (എം) നേതൃത്വം കോൺഗ്രസ് വിരോധംകൊണ്ട് കണ്ണുകാണാതെ ഈ വാസ്തവം മറക്കുകയാണ്; അതുകൊണ്ട് അവരെ എതിർത്ത് യഥാർഥ മാർക്സിസ്റ്റു – ലെനി നിസ്റ്റുകാർ മുഴുവൻ പുരോഗമനപരമായ നിലപാടുകളെടുക്കുന്ന ഇന്ദിരാ കോൺഗ്രസിന്റെ പിന്നിൽ അണിനിരക്കണം.

എന്നാൽ, ഈ രാഷ്ട്രീയ വിശദീകരണത്തിന്റെ പിന്നിൽ മറ്റൊരു യാഥാർഥ്യമുണ്ട്. 1964 ൽ പാർട്ടി പിളർന്ന് രണ്ടായപ്പോൾ, മുമ്പത്തെ അവിഭക്ത കമ്യൂണിസ്റ്റു പാർട്ടിയുടെ പിൻമുറക്കാരെന്ന നിലയ്ക്ക് തങ്ങൾക്ക് നിഷ്പ്രയാസം സി പി ഐ(എം) നെ ഒതുക്കാൻ കഴിയുമെന്ന് അവർ കരുതിയിരുന്നു. തങ്ങൾക്കനുകൂലമായും സി പി ഐ(എം) നെതിരായും ബൂർഷ്വാ പത്രങ്ങൾ നൽകുന്ന പ്രസിദ്ധീകരണങ്ങൾ ഈ ധാരണയെ ഉറപ്പിക്കുകയും ചെയ്തു.

പക്ഷേ, 1965 ലെ കേരളാതിരഞ്ഞെടുപ്പ്, 1967 ലെ പൊതു തിരഞ്ഞെ ടുപ്പ് എന്നിവ തങ്ങളുടെ കണക്കുകൂട്ടലുകളെയാകെ തെറ്റിച്ചുകളഞ്ഞു. ഇന്ത്യൻ കമ്യൂണിസ്റ്റ് പ്രസ്ഥാനത്തിന്റെ യഥാർഥ പ്രതിനിധികൾ സി പി ഐ (എം) സഖാക്കളാണെന്ന് ഇന്ത്യയിലും പുറത്തും അംഗീകരി ക്കപ്പെട്ടു. ഈ പദവിയിൽനിന്ന് സി പി ഐ (എം) നെ താഴ്ത്തിറക്കണം. അതിന് കേരളത്തിലെ ലീഗിനെയും സോഷ്യലിസ്റ്റ് പാർട്ടിയിലൊരു വിഭാഗത്തെയും പശ്ചിമബംഗാളിലെ ബംഗ്ലാ കോൺഗ്രസിനെയും മാത്രമല്ല, അഖിലേന്ത്യാ തലത്തിൽ ഇന്ദിരാ കോൺഗ്രസിനെയും ഉപയോഗപ്പെടുത്തണം. ഇതായിരുന്നു കേരളത്തിലെയും പശ്ചിമ ബംഗാളിലെയും 'കുറുമുന്നണി'കളുടെ പ്രവർത്തനത്തിനടിസ്ഥാനം.

14

മുഖംമൂടി നീങ്ങുമ്പോൾ ഇത്രയും കൂടി

തെക്കും ഭാഗം മോഹനന്റെ പരമ്പരയിലെ പത്തും പന്ത്രണ്ടും ലേഖനങ്ങളിൽ അച്യുതമേനോനും അദ്ദേഹത്തിന്റെ ഗവൺമെന്റിനു മെതിരെ ഉയർന്നുവന്ന രണ്ട് അഴിമതിയാരോപണങ്ങളെക്കുറിച്ച് പരാമർശ മുണ്ട്. അദ്ദേഹത്തിന്റെ സഹോദരിപുത്രനെ ഒരു പൊതുമേഖലാ സ്ഥാപ നത്തിൽ നിയമിച്ചത് സംബന്ധിച്ചും മണ്ണുത്തിയിൽ കാർഷിക സർവകലാ ശാലയ്ക്കുവേണ്ടി സ്ഥലമെടുപ്പ് നടത്തിയത് സംബന്ധിച്ചും.

ആദ്യത്തേതിനെ സംബന്ധിച്ച് പറയുന്നതിനിടയ്ക്ക് മോഹനൻ ഇങ്ങനെ എഴുതി: "അന്ന് ഇതിന്റെ പേരിൽ മുഖ്യമന്ത്രി രാജിവെയ്ക്കണ മെന്നുപറഞ്ഞ ഇ എം എസ് പോലും തന്റെ മരുമകനെ ടി സി സിയിൽ നിയമിക്കാൻ അച്യുതമേനോൻ ശുപാർശ നടത്തിയെന്ന് വിശ്വസിച്ചി രുന്നിരിക്കില്ല."

ഇത് ശരിയാണ്. തനിക്കു വേണ്ടപ്പെട്ടയാളെ നിയമിക്കുന്നതിനു വേണ്ടി മുഖ്യമന്ത്രിപദം അച്യുതമേനോൻ ദുരുപയോഗിക്കുമെന്ന് ഞാൻ ഒരിക്കലും വിശ്വസിച്ചിട്ടില്ല, ഇപ്പോഴും വിശ്വസിക്കുന്നില്ല. കാർഷിക സർവ കലാശാലയ്ക്കുവേണ്ടി സ്ഥലമെടുപ്പു നടത്തിയത് സംബന്ധിച്ച അഴിമതി യാരോപണത്തിലും അച്യുതമേനോന്റെ കൈകൾ അഴിമതിയുടെ കറപുരണ്ടതാണെന്ന് ഞാൻ വിശ്വസിച്ചിട്ടില്ല.

എങ്കിൽ എന്തുകൊണ്ട് ഈ അഴിമതിയാരോപണ വ്യാപാരങ്ങളിൽ എന്റെ പാർട്ടിയും ഞാനും പങ്കാളിയായി എന്ന ചോദ്യം സ്വാഭാവികമായി ഉത്ഭവിക്കും. അതിനുത്തരം പറയാനാണ് ഇവിടെ തുടങ്ങുന്നത്.

1947 ആഗസ്റ്റ് 15 ന് രാജ്യം സ്വതന്ത്രമായതു തൊട്ട് പുതിയ ഭരണാധി കാരികളായ കോൺഗ്രസുകാർ അഴിമതി നടത്തുന്നതായി വ്യാപകമായ ആരോപണങ്ങൾ ഉയർന്നു. അവയിൽ കഴമ്പുണ്ടെന്ന് സൂചിപ്പിക്കുന്ന

വസ്തുതകൾ മഹാത്മാഗാന്ധിയുടെ മുമ്പിൽപോലുമെത്തി. അദ്ദേഹ
ത്തിന്റെ കാലശേഷമാകട്ടെ, ചില മുഖ്യമന്ത്രിമാർ അഴിമതിക്കാരാണെന്ന്
പ്രധാനമന്ത്രി നെഹ്റുവിന് ബോധ്യപ്പെട്ടു. സ്വന്തം മന്ത്രിസഭയിലെ സഹ
പ്രവർത്തകനായിരുന്ന ടി ടി കൃഷ്ണമാചാരിയെ മുന്ധ്രാകുംഭകോണ
ത്തിന്റെ പേരിൽ ഒഴിവാക്കാൻപോലും അദ്ദേഹം നിർബന്ധിക്കപ്പെട്ടു.
അങ്ങനെ കേന്ദ്രത്തിലും സംസ്ഥാനങ്ങളിലും കോൺഗ്രസ് മന്ത്രിമാർ
അഴിമതിയുടെ പര്യായമായിത്തീർന്നു.

ഇതിനിടയ്ക്കാണ് 1957 ൽ കേരളത്തിൽ കമ്യൂണിസ്റ്റ് ഗവൺമെന്റ്
നിലവിൽ വന്നത്. അന്ന് പ്രതിപക്ഷത്തായിരുന്ന കോൺഗ്രസ് 'കമ്യൂ
ണിസ്റ്റ് മന്ത്രിസഭയുടെ അഴിമതി'കളെക്കുറിച്ച് വാചാലമായി പ്രസംഗി
ക്കാൻ തുടങ്ങി. തങ്ങൾക്കുനേരെ സത്യത്തെ ആസ്പദമാക്കി ഉയർന്നു
വന്ന ആരോപണം, സംഗതിവശാൽ സംസ്ഥാനതലത്തിൽ അധികാര
ത്തിൽ എത്തിയ കമ്യൂണിസ്റ്റു പാർട്ടിക്കെതിരെ അവർ തിരിച്ചുവിട്ടു.

ഇതിന്റെ ഒരാവർത്തനമാണ് 1967 ൽ സി പി ഐ (എം) നേതൃത്വ
ത്തിൽ രൂപപ്പെട്ട സപ്തകക്ഷിമുന്നണി ഗവൺമെന്റിനകത്തെ സി പി
ഐ (എം) നും അതിന്റെ മന്ത്രിമാർക്കും കൂടെ നിൽക്കുന്ന മന്ത്രിമാർക്കും
എതിരെ, കുറുമുന്നണിക്ക് നേതൃത്വം നൽകിയിരുന്ന സി പി ഐയും
ആർ എസ് പിയും ഉയർത്തിയ ആരോപണങ്ങൾ. ആർ എസ് പി നേതാവ്
ശ്രീകണ്ഠൻ നായർ തയാറാക്കിയ ഒരു രേഖയിൽ സി പി ഐ(എം)
നെതിരെ വ്യക്തമായ ഒരു ആരോപണമുണ്ടായിരുന്നു.

തുടർന്ന് കെ ടി പി മന്ത്രിയായിരുന്ന വെല്ലിങ്ടനെതിരെ ആരോപ
ണങ്ങൾ ഉയർന്നുവന്നു. അവസാനം 'കുറുമുന്നണി'യിൽ പെടാത്ത
മന്ത്രിമാരിൽ മുഖ്യമന്ത്രിയായ ഞാനൊഴിച്ച് മറ്റെല്ലാവരുടെയും മേലുള്ള
അഴിമതിയാരോപണത്തെക്കുറിച്ചന്വേഷിക്കാൻ ഒരു കമീഷനെ നിയമി
ക്കണമെന്ന പ്രമേയം 'കുറുമുന്നണി' നിയമസഭയിൽ അവതരിപ്പിച്ചു
പാസാക്കിയെടുത്തു. അതിന് കോൺഗ്രസ് നിയമസഭാ കക്ഷിയുടെ
പിന്തുണയുണ്ടായിരുന്നുവെന്ന് പറയേണ്ടതില്ലല്ലോ.

1957-59 ൽ കമ്യൂണിസ്റ്റു പാർട്ടിക്കും അതിന്റെ ഗവൺമെന്റിനു
മെതിരെ കോൺഗ്രസ് ഉപയോഗിച്ച രാഷ്ട്രീയായുധം സി പി ഐ(എം)
നെതിരെ സി പി ഐ യും കൂട്ടരും ഉപയോഗിച്ചുവെന്നാണല്ലോ ഇതി
നർഥം. ഇത് സ്വാഭാവികമായി ഇടതുപക്ഷ പ്രസ്ഥാനത്തിന്റെ ബന്ധു
ക്കളെ അമ്പരപ്പിച്ചു. അവരിൽ ഒരാളായ വടക്കനെച്ചൻ ഇതിന്റെ പേരിൽ
സി പി ഐ യെ വിമർശിച്ചുകൊണ്ടിരുന്നു. അദ്ദേഹത്തെ സമാധാനിപ്പി
ക്കുന്നതിനുവേണ്ടി അച്യുതമേനോൻ ദീർഘമായ ഒരു കത്തെഴുതിയത്
പത്രങ്ങളിൽ വന്നു. അതിൽപ്പറഞ്ഞ രണ്ട് കാര്യങ്ങൾ ശ്രദ്ധേയമാണ്.
ഒന്നാമത്, വെല്ലിങ്ടന്റെ പേരിൽ ആരോപണമുന്നയിക്കുകയും അതേ
ക്കുറിച്ച് അന്വേഷണം നടത്തണമെന്നാവശ്യപ്പെടുകയും ചെയ്തതിന്റെ
കാരണം അദ്ദേഹത്തോടെന്തെങ്കിലും വൈരാഗ്യമുള്ളതുകൊണ്ടല്ല.
പിന്നെയോ? അദ്ദേഹം "മാർക്സിസ്റ്റ് പാർട്ടിയുടെ ഒരു ദാസനെപോലെ"

പ്രവർത്തിക്കാൻ തുടങ്ങിയതിനാലാണ്, അദ്ദേഹത്തെ അതിൽ നിന്ന് പിന്തിരിപ്പിക്കുന്നതിനാണ്. രണ്ടാമത്, മുഖ്യമന്ത്രി ഒഴിച്ച് അദ്ദേഹത്തിന്റെ കൂടെ നിൽക്കുന്ന എല്ലാ മന്ത്രിമാരുടെയും പേരിൽ അന്വേഷണം നടത്ത ണമെന്നാവശ്യപ്പെട്ടത് അവരെല്ലാം അഴിമതിക്കാരാണെന്ന് വിശ്വസിച്ചു കൊണ്ടല്ല; സപ്തകക്ഷിമുന്നണിയെയും മന്ത്രിസഭയെയും പുനഃസംഘ ടിപ്പിക്കാൻ മുഖ്യമന്ത്രിയുടെ മേൽ സമ്മർദം ചെലുത്തുന്നതിനാണ്.

1957–59 ൽ കോൺഗ്രസിന്റെ എന്നപോലെ 1967–69 ൽ സി പി ഐ യുടെയും കയ്യിൽ അഴിമതിയാരോപണം ഒരു രാഷ്ട്രീയായുധമായിരുന്നു വെന്നാണല്ലോ ഇതിനർഥം. കേന്ദ്രത്തിലും സംസ്ഥാനങ്ങളിലും കോൺ ഗ്രസിനെതിരെ ഉയർന്നുവന്നതും ജനങ്ങൾ വിശ്വസിച്ചതുമായ അഴിമതി യാരോപണങ്ങളെ ആദ്യം ഒരു രാഷ്ട്രീയായുധമായി കോൺഗ്രസ് അവിഭക്ത കമ്യൂണിസ്റ്റു പാർട്ടിക്കെന്നപോലെ പിന്നെ സി പി ഐ, സി പി ഐ(എം) നെതിരായും ഉപയോഗിച്ചുവെന്നർഥം. ഇതിനെ നേരിടുന്ന തിന് സി പി ഐ(എം) സി പി ഐ ക്കെതിരെ ഇതേ ആയുധം ഉപയോ ഗിച്ചുവെന്നതാണ് സത്യം.

'കുറുമുന്നണി'യിൽപ്പെട്ട മന്ത്രിമാരിൽ ഞാനൊഴിച്ച് മറ്റെല്ലാവരുടെ യും പേരിൽ അന്വേഷണം നടത്താൻ എന്നെ നിർബന്ധിക്കുന്ന പ്രമേയം നിയമസഭയിൽ അവതരിപ്പിക്കപ്പെട്ടപ്പോൾ അത് സംബന്ധിച്ച ചർച്ചയിൽ പങ്കെടുത്ത് ഞാനൊരു പ്രസ്താവന ചെയ്തു.

> ഇത്തരം കാര്യങ്ങളിൽ അന്വേഷണത്തിന് ഉത്തരവിടുന്നതിനുമുമ്പ് ആരോപണത്തിൽ പ്രഥമദൃഷ്ട്യാ കേസുണ്ടോ എന്നന്വേഷിക്കുന്ന വഴക്കമുണ്ട്. അതനുസരിച്ചാണ് മുമ്പ് വെല്ലിങ്ടന്റെയും പിന്നെ കുഞ്ഞിന്റെയും പേരിൽ ആരോപണം വന്നപ്പോൾ പ്രഥമദൃഷ്ട്യാ കേസുണ്ടോയെന്ന് പരിശോധിക്കാൻ ഐക്യമുന്നണിയുടെ ഏകോപന സമിതി എന്നെ ചുമതലപ്പെടുത്തിയത്.
> എന്നാൽ ഇപ്പോൾ പ്രഥമദൃഷ്ട്യാ കേസുണ്ടോയെന്ന പരിശോധന പോലും നടത്താതെ അന്വേഷണത്തിന് ഉത്തരവിടാൻ എന്നെ നിയോഗിക്കുന്ന സ്ഥിതിക്ക് എന്റെ മുമ്പിൽ വന്നിട്ടുള്ള മറ്റ് അഴിമതിയാരോപണങ്ങളെക്കുറിച്ചും അന്വേഷണം നടത്താൻ ഞാൻ ഉത്തരവിടുന്നു.

അങ്ങനെ 'കുറുമുന്നണി'യിൽപ്പെട്ടവരും അല്ലാത്തവരുമായ എല്ലാ മന്ത്രിമാരുടെയും പേരിൽ അന്വേഷണത്തിന് ഉത്തരവിടുന്ന സ്ഥിതി വിശേഷം വന്നു.

ഇത് ഞാൻ ഉപയോഗിച്ച ഒരു രാഷ്ട്രീയായുധമായിരുന്നുവെന്ന് പറയാൻ എനിക്ക് മടിയില്ല. അച്യുതമേനോൻ തന്നെ വടക്കനച്ചനെഴു തിയ കത്തിൽ തുറന്ന് സമ്മതിച്ചതുപോലെ, സപ്തകക്ഷിമുന്നണി യെയും ഗവൺമെന്റിനെയും പുനഃസംഘടിപ്പിക്കുന്നതിന് എന്റെ മേൽ ചെലുത്തുന്ന സമ്മർദതന്ത്രമായി അഴിമതിയാരോപണം ഉപയോഗി

ക്കപ്പെടുന്ന സാഹചര്യത്തിൽ സമഗ്രമായ പുന:സംഘടന ആവശ്യമാക്കി ത്തീർക്കുന്ന ഒരു സ്ഥിതിവിശേഷം സൃഷ്ടിക്കാനാണ് ഞാൻ ഇതു ചെയ്തത്. സി പി ഐ യും ആർ എസ് പി യും കൂട്ടരും ആഗ്രഹിക്കുന്ന തരത്തിലുള്ളതിനു പകരം മറ്റൊരു രൂപത്തിലുള്ള പുന:സംഘടന അനു പേക്ഷണീയമായിത്തീർന്നുവെന്നതാണ് എന്റെ നടപടിയുടെ ഫലം.

ഈ സാഹചര്യത്തിൽ സപ്തകക്ഷി മുണ്ണന്നിയുടെ ഗവൺമെന്റിന് തുടരാൻ സാധ്യമല്ലായിരുന്നു. കുറുമുന്നണിക്കാർ അവതരിപ്പിച്ച പ്രമേയം നിയമസഭയിൽ പാസായാൽ ഉടനെ ഗവൺമെന്റിന്റെ രാജി ഗവർണർക്കു സമർപ്പിക്കുമെന്ന് ചർച്ചയ്ക്കിടെ ഞാൻ വ്യക്തമാക്കിയിരുന്നു. അതനു സരിച്ച് നിയമസഭ പിരിഞ്ഞ ഉടനെതന്നെ രാജ്ഭവനിൽ പോയി ഞാൻ രാജി സമർപ്പിക്കുകയും ചെയ്തു.

"ഇനിയെന്ത്" എന്ന ചോദ്യം ഉയർന്നുവന്നു. 'കുറുമുന്നണി'ക്കാരും കോൺഗ്രസുകാരും കേരളാ കോൺഗ്രസുകാരും ചേർന്നാൽ ബദൽ ഗവൺമെന്റ് ഉണ്ടാക്കാൻ കഴിയും. അവർ അങ്ങനെ ഒത്തുചേരുമോ? ഇല്ലെങ്കിൽ നിയമസഭ പിരിച്ചുവിട്ട് പുതിയ തിരഞ്ഞെടുപ്പ് നടത്തുകയല്ലേ നിവൃത്തിയുള്ളൂ; അതല്ല അവരെല്ലാം ചേർന്ന് ഒരു ഗവൺമെന്റ് ഉണ്ടാ ക്കാൻ തയാറായി മുന്നോട്ടു വന്നാൽ അതിന് ഗവർണർ സമ്മതിക്കേക്കേ ണ്ടതല്ലേ?

ഈ ചോദ്യങ്ങൾക്കെല്ലാം ഉത്തരം കാണാനുള്ള ചുമതല ഗവർ ണർക്ക് വിട്ടുകൊടുത്ത് രാജി സമർപ്പിക്കുകയാണ് ഞാൻ ചെയ്തത്. പി ന്നീട് നടന്നതാകട്ടെ, അച്യുതമേനോന്റെ നേതൃത്വത്തിൽ കോൺഗ്രസി ന്റെ പിന്തുണയോടെ ഒരു മാർക്സിസ്റ്റ് വിരുദ്ധ ഗവൺമെന്റ് അധികാര മേറ്റേടുത്തുവെന്നതാണ്.

അതേവരെ മുഖ്യമന്ത്രിയായിരുന്ന ഞാൻ പ്രതിപക്ഷനേതാവായി. കോൺഗ്രസിനെതിരെ വോട്ടു ചെയ്ത് വിജയിച്ച മുന്നണിയിൽ ഒരു വിഭാഗം കോൺഗ്രസിന്റെ കൂടെ കൂടിയപ്പോൾ അവർക്കെതിരെ നിയമ സഭയിലും പുറത്തും പോരാടുന്നത് ഞങ്ങളുടെ കടമയായിത്തീർന്നു.

ഈ പശ്ചാത്തലത്തിലാണ് ആദ്യം അവിഭക്ത കമ്യൂണിസ്റ്റു പാർട്ടി ക്കെതിരെ കോൺഗ്രസും പിന്നീട് സി പി ഐ (എം) നെതിരെ സി പി ഐ യും ഉപയോഗിച്ച രാഷ്ട്രീയായുധം സി പി ഐ ക്കെതിരെ ഞങ്ങൾ ഉപയോഗിച്ചത്. അതിന്റെ ഭാഗമായാണ് മോഹനൻ പരാമർശിക്കുന്ന നിയ മനം, സ്ഥലമെടുപ്പ് എന്നീ കാര്യങ്ങളിൽ അച്യുതമേനോനും അദ്ദേഹ ത്തിന്റെ പാർട്ടിക്കുമെതിരായി ഞങ്ങൾ ആരോപണം ഉന്നയിച്ചത്. കോൺ ഗ്രസ് മന്ത്രിമാരുടെ മേൽ ഉണ്ടെന്ന് മഹാത്മാഗാന്ധിക്കും നെഹ്റുവിനും ബോധ്യപ്പെട്ട അഴിമതിക്കുറ്റം അച്യുതമേനോനും സഖാക്കൾക്കു മുണ്ടെന്ന് ഞങ്ങൾ കരുതിയതേയില്ല.

എന്നിട്ടും ഞങ്ങൾ അതുപയോഗിച്ചത് തെറ്റല്ലേ എന്ന ചോദ്യം ചോദിക്കാം. എന്റെ മറുപടി ഇതാണ്:

വെല്ലിങ്ടനെ ഞങ്ങളിൽ നിന്ന് വേർപെടുത്തുന്നതിനും വെല്ലിങ്ടൻ

അടക്കം ഞങ്ങളുടെ കൂടെ നിന്നിരുന്ന മന്ത്രിമാരെ മുഴുവൻ പുറത്താക്കി മന്ത്രിസഭ പുനഃസംഘടിപ്പിക്കാൻ എന്നെ നിർബന്ധിക്കുന്നതിനും വേണ്ടി പ്രയോഗിച്ചു എന്ന് അച്യുതമേനോൻ തന്നെ സമ്മതിച്ച അഴിമതിയാരോ പണമെന്ന തന്ത്രത്തിന് ഞാൻ ഒരു മറുതന്ത്രം പ്രയോഗിച്ചുവെന്നേ യുള്ളൂ. 'കുറുമുന്നണി'യെ സംബന്ധിച്ചിടത്തോളം സി പി ഐ (എം) നേതൃത്വത്തിലുള്ള ഗവൺമെന്റിനെ താഴത്തിറക്കുന്നത് താരതമ്യേന എളുപ്പമായിരുന്നു. പക്ഷേ, തുടർന്ന് കോൺഗ്രസിന്റെയും കേരളാ കോൺഗ്രസിന്റെയും പിന്തുണയോടെ സി പി ഐ നേതൃത്വത്തിൽ ഒരു ബദൽ മന്ത്രിസഭ രൂപീകരിക്കുന്നത് ഒട്ടും എളുപ്പമായിരുന്നില്ല.

ഇതിന്റെ ഒരുവശം മോഹനൻ തന്റെ പരമ്പരയിൽ വിവരിക്കുന്നുണ്ട്: ബദൽ മന്ത്രിസഭ രൂപീകരിക്കുമ്പോൾ അതിന്റെ മുഖ്യമന്ത്രി ആരായിരിക്ക ണമെന്ന പ്രശ്നം ഉയർന്നുവന്നു. ആദ്യം നിർദേശിക്കപ്പെട്ട പേര് ആർ എസ് പി നേതാവ് ശ്രീകണ്ഠൻനായരുടേതായിരുന്നു. അദ്ദേഹം അത് സ്വീകരിക്കാൻ തയാറല്ലായിരുന്നു. അപ്പോഴാണ് അച്യുതമേ നോന്റെ പേര് നിർദേശിക്കപ്പെട്ടത്.

അദ്ദേഹത്തിനും തുടക്കത്തിൽ മനസില്ലായിരുന്നു. പക്ഷേ, സി പി ഐ യുടെ കേരള നേതൃത്വവും കേന്ദ്രനേതൃത്വവും ഇടപെട്ട് അദ്ദേഹ ത്തെക്കൊണ്ടംഗീകരിപ്പിച്ചു. ഈ കഥ അദ്ദേഹംതന്നെ മോഹനന് എഴുതിയിട്ടുണ്ട്.

പക്ഷേ, ഇതിലും പ്രധാനമായ ഒരു രാഷ്ട്രീയ പ്രശ്നമുണ്ട്: കോൺഗ്രസിനെ അധികാരഭ്രഷ്ടമാക്കുന്നതിനുവേണ്ടി കേരളത്തിൽ മുസ്ലിംലീഗിനോടും വടക്കേ ഇന്ത്യയിൽ സ്വതന്ത്ര, ജനസംഘം എന്നീ പാർട്ടികളോടും ചേർന്ന് കൂട്ടുകക്ഷി ഗവൺമെന്റ് ഉണ്ടാക്കാൻ മടി കാണിക്കാതിരുന്ന ആ പാർട്ടി ഇപ്പോൾ കോൺഗ്രസ് (ഐ)യുടെ പിന്തുണയോടെ കേരളാ ഗവൺമെന്റിന് നേതൃത്വം നൽകുന്നതെങ്ങനെ? (കോൺഗ്രസ് (ഐ) യുടെ പിന്തുണയില്ലെങ്കിൽ ഒരു നിമിഷമെങ്കിലും അച്യുതമേനോന് മുഖ്യമന്ത്രിയായിരിക്കാൻ കഴിയുകയില്ലെന്ന് വ്യക്ത മായിരുന്നു).

കൂടാതെ, കോൺഗ്രസിനെ തോൽപ്പിക്കാനാണെങ്കിലും, മുസ്ലീം ലീഗിനെ കൊടിൽകൊണ്ടുപോലും തൊടുകയില്ലെന്ന പിടിവാശിമൂലം 1964–65 ൽ കോൺഗ്രസിനെതിരായ ഐക്യമുന്നണി തകർത്ത സി പി ഐ പിന്നീട് സി പി ഐ(എം) നെ അധികാരത്തിൽനിന്ന് പുറത്താക്കാൻ വേണ്ടി ലീഗുമായി ചേർന്ന് എങ്ങനെ ഭരണത്തിലിരിക്കും?

ഇതിൽ രണ്ടാമത്തേത് ഒരു പ്രശ്നമല്ലായിരുന്നു. സി പി ഐ(എം) ന്റെ നേതൃത്വത്തിൽ ലീഗും സി പി ഐ യും ഒരേ കൂട്ടുകക്ഷി ഗവൺ മെന്റിൽ ഇരുന്നിട്ടുണ്ടല്ലോ. ആ കൂട്ടുകക്ഷി ഗവൺമെന്റിൽ നിന്ന് സി പി ഐ(എം) നെ മാറ്റി സി പി ഐ നേതൃസ്ഥാനത്തിരിക്കുന്നു അത്ര മാത്രമല്ലേ ഉള്ളൂ? കോൺഗ്രസ് (ഐ) ക്കെതിരെ രൂപം കൊണ്ട സപ്ത കക്ഷി മുന്നണിയുടെ യഥാർഥ അനന്തരാവകാശിയാണ് തങ്ങളുടെ

നേതൃത്വത്തിലുള്ള ബദൽ ഗവൺമെന്റ് എന്നാണ് സി പി ഐ അവകാ
ശപ്പെട്ടത്.

സി പി ഐ (എം) നെ തങ്ങൾ നേതൃസ്ഥാനത്തുനിന്ന് പുറത്താ
ക്കിയതല്ല, സി പി ഐ(എം) തന്നെ സ്വയം രാജിവച്ചുപോയതാണ്. എന്നു
കൂടി അവർ പറഞ്ഞിരുന്നു. ആ നിലയ്ക്ക് സപ്തകക്ഷി മുന്നണി ഗവൺ
മെന്റിന്റെ തുടർച്ചയാണ് തങ്ങളുടെ നേതൃത്വത്തിലുള്ള ബദൽ ഗവൺ
മെന്റെന്ന് ജനങ്ങളെ ധരിപ്പിക്കാൻ അവർ ശ്രമിച്ചു.

പക്ഷേ, കോൺഗ്രസിന്റെ, പിന്തുണയോടെ സി പി ഐ നേതാവ്
അച്യുതമേനോൻ പുതിയ മാർക്സിസ്റ്റ് വിരുദ്ധ ഗവൺമെന്റിന്റെ
നേതൃത്വം വഹിക്കുകയെന്നത് ന്യായീകരിക്കാൻ വിഷമമായിരുന്നു.
1964–65 ൽ കേരളത്തിൽ സി പി ഐ(എം) ആയി ഏറ്റുമുട്ടിയപ്പോൾ
ഏറ്റെടുക്കേണ്ടിവന്ന ദയനീയ പരാജയത്തെതുടർന്ന് കോൺഗ്രസ്
വിരുദ്ധ നിലപാട് സി പി ഐ എടുക്കാൻ തുടങ്ങിയതാണ്. പെട്ടെന്ന്
അതുപേക്ഷിച്ച് സ്വന്തം നേതൃത്വത്തിൽ രൂപംകൊള്ളുന്ന ഗവൺമെന്റിന്
കോൺഗ്രസ് (ഐ) യുടെ പിന്തുണ നേടുന്നത് സ്വന്തം പാർട്ടിഅണിക
ൾക്കുപോലും ദഹിക്കുകയില്ല.

കേരളത്തിൽ സി പി ഐ യുടെ ഘടകകക്ഷിയായ ആർ എസ് പി
പോലും പശ്ചിമബംഗാളിൽ സി പി ഐ(എം) മായി ചേർന്ന് കോൺഗ്ര
സിനെ എതിർക്കുകയാണ്. അപ്പോൾ പ്രായോഗികതലത്തിൽ കോൺഗ്ര
സിന്റെ സഹായം തേടുമ്പോൾത്തന്നെ താത്വികമായി കോൺഗ്രസ്
വിരുദ്ധ നിലപാട് സി പി ഐ ക്കും ആർ എസ് പി ക്കും എടുക്കേണ്ടി
വന്നു.

ഇതിന്റെ ഫലമാണ് കോൺഗ്രസ്(ഐ) പിന്തുണ നൽകുന്നതിനെ
ക്കുറിച്ച് സി പി ഐ മുഖ്യമന്ത്രി അച്യുതമേനോനും അദ്ദേഹത്തിന്റെ
ആർ എസ് പി സഖാക്കളും ചെയ്ത ഓരോ പ്രഖ്യാപനം: "കോൺ
ഗ്രസിന്റെ പിന്തുണയില്ലാതെ ഭരണത്തിൽ തുടരാൻ കഴിയുകയില്ലെന്ന്
ബോധ്യപ്പെടുന്ന നിമിഷത്തിൽ രാജിവയ്ക്കു" മെന്നായിരുന്നു അച്യുത
മേനോന്റെ പ്രഖ്യാപനം.

കേരളത്തിലെ ആർ എസ് പി യാകട്ടെ, കോൺഗ്രസിന്റെ പിന്തുണ
യോടെയാണ് അച്യുതമേനോൻ ഗവൺമെന്റ് തുടരുന്നതെങ്കിൽ ആ
സമീപനത്തോട് യോജിക്കാനാവുകയില്ലെന്ന് മാത്രമല്ല കോൺഗ്രസ്
(ഐ) പിന്തുണയുടെ കാര്യം വ്യക്തമാകുന്നതുവരെ ഭരണത്തിൽ പങ്കാ
ളിയാവുകയില്ലെന്നു കൂടി പ്രഖ്യാപിച്ചു. എങ്കിലും "പ്രസിഡന്റ് ഭരണം
ഒഴിവാക്കുന്നതിനുവേണ്ടി അച്യുതമേനോൻ ഗവൺമെന്റ് നിലനിൽക്ക
ണമെന്ന് തങ്ങൾക്കാഗ്രഹമുള്ളതിനാൽ, നിയമസഭയിലെ ഭരണപക്ഷ
ത്തിന്റെ നേതാവായി തങ്ങളുടെ പാർട്ടി നേതാവ് ടി കെ ദിവാകരൻ പ്ര
വർത്തിക്കുമെന്ന്" അവർ പ്രഖ്യാപിച്ചു.

കൂടാതെ, നിയമസഭാംഗമല്ലാതിരുന്ന അച്യുതമേനോൻ മുഖ്യമന്ത്രി
സ്ഥാനത്ത് തുടരണമെങ്കിൽ നിയമസഭാംഗമാകണം; അതിന് അദ്ദേഹം

മത്സരിക്കുന്ന കൊട്ടാരക്കര മണ്ഡലത്തിൽ കോൺഗ്രസ് (ഐ) അടക്ക മുള്ള മറ്റ് മാർക്സിസ്റ്റ് വിരുദ്ധ കക്ഷികളോടൊപ്പം കേരളത്തിലെ സി പി ഐ യും ആർ എസ് പിയും ചേർന്നു.

ഇങ്ങനെ താതികമായി നോക്കിയാൽ കോൺഗ്രസിന്റേതിൽനിന്ന് സ്വതന്ത്രമായ നിലപാടെടുക്കുമ്പോൾത്തന്നെ, കോൺഗ്രസ് (ഐ) കൂടി ഉൾക്കൊള്ളുന്ന ഒരു മാർക്സിസ്റ്റ് വിരുദ്ധ മുന്നണിയിൽ പൂർണ പങ്കാളി കളായി സി പി ഐയും ആർ എസ് പിയും മാറി. കൊട്ടാരക്കര തിര ഞ്ഞെടുപ്പിൽ ജയിച്ച് അച്യുതമേനോൻ എം എൽ എ ആവുകയും അദ്ദേഹത്തിന് നിയമസഭയിൽ ഭൂരിപക്ഷമുണ്ടെന്ന് തെളിയുകയും ചെയ്തതിനെത്തുടർന്ന് നിയമസഭ പിരിച്ചുവിടുകയും പുതിയ തിര ഞ്ഞെടുപ്പ് നടത്തുകയും ചെയ്തപ്പോൾ സി പി ഐ ക്കും കേരള ആർ എസ് പി ക്കുമെന്നപോലെ കോൺഗ്രസ് (ഐ)ക്കും പങ്കുള്ള മാർക്സിസ്റ്റ് വിരുദ്ധ മുന്നണിക്ക് ഭൂരിപക്ഷം കിട്ടി.

കോൺഗ്രസ് (ഐ)യുടെ പിന്തുണയോടെ മാത്രമല്ല പൂർണ സഹകരണത്തോടുകൂടിത്തന്നെ അച്യുതമേനോൻ വീണ്ടും മുഖ്യമന്ത്രി യായി. അതുകഴിഞ്ഞ് ഏതാണ്ട് ഒരു വർഷത്തിനകം ഔപചാരികമായി ത്തന്നെ കോൺഗ്രസ്(ഐ) മന്ത്രിസഭയിൽ ചേർന്നു.

ഇതു സംബന്ധിച്ച് ഒരു കഥ അച്യുതമേനോൻ തന്നെ പറഞ്ഞതായി മോഹനൻ തന്റെ ലേഖനപരമ്പരയിൽ വ്യക്തമാക്കുന്നുണ്ട്. സി പി ഐ യെ അപേക്ഷിച്ച് കൂടുതൽ അംഗസംഖ്യയുള്ളത് കോൺഗ്രസിനാകയാൽ മുഖ്യമന്ത്രിസ്ഥാനത്തിനു അർഹതയുള്ളത് ആ പാർട്ടിക്കാണല്ലോ. പക്ഷേ, ആ അവകാശവാദം ഉപേക്ഷിക്കാനും മേനോൻ തന്നെ മുഖ്യ മന്ത്രിയായി തുടരാനും ഇന്ദിരാഗാന്ധി തന്റെ പാർട്ടിക്ക് നിർദേശം നൽകി. മാത്രമല്ല, അച്യുതമേനോൻ മുഖ്യമന്ത്രിയായിരിക്കുമ്പോൾത്തന്നെ കോൺഗ്രസുകാരനായ ഒരു ഉപമുഖ്യമന്ത്രി കൂടി ഉണ്ടാവുകയെന്ന നിർദേശം തന്റെ സഹപ്രവർത്തകരിൽനിന്നു വന്നപ്പോൾ അതും ഇന്ദിരാ ഗാന്ധി തള്ളിക്കളഞ്ഞു. അങ്ങനെ അച്യുതമേനോന്റെ കീഴിൽ ആഭ്യ ന്തരമന്ത്രിയായി കരുണാകരനും വന്നു. അതേത്തുടർന്ന് തനിക്കുണ്ടായ വേദനാജനകമായ അനുഭവം മേനോൻ തന്നെ മോഹനന് ഇങ്ങനെ എഴുതി:

> കരുണാകരൻ ആഭ്യന്തരമന്ത്രിയായിരുന്ന കാലത്ത് അയാളെപ്പറ്റി എന്റെ അടുത്ത് പരാതിപറഞ്ഞിട്ടുള്ളത് ഏറ്റവുമധികം കോൺഗ്രസുകാരാണ്. എ കെ ആന്റണി, വക്കം പുരുഷോത്തമൻ, പോൾ പി മാണി എന്നിങ്ങനെ പലരും. ഒരു മന്ത്രിയുടെ വകുപ്പ് കൈകാര്യം ചെയ്യുന്നതിന് അയാൾക്ക് പൂർണാധികാരമുണ്ട്. മുഖ്യമന്ത്രിക്കുപോലും അത് ചോദ്യം ചെയ്യാൻ അധികാരമില്ല. മന്ത്രസഭയ്ക്ക് പുറമേ അപഖ്യാതി വരുന്ന എന്തെങ്കിലും കാര്യമാണെങ്കിലേ ഇടപെടാൻ പറ്റൂ.

ഒരിക്കൽ ആന്റണിയുടെയും മറ്റും നിർബന്ധപ്രകാരം ഞാൻ കരുണാകരനെപ്പറ്റി ഇന്ദിരാഗാന്ധിയുടെ അടുത്തുതന്നെ പരാതി പറഞ്ഞു. അയാൾ അങ്ങനെയെങ്കിലും നന്നാകട്ടെ, പക്ഷേ, ഫലം വിപരീതമായിരുന്നു. തന്നെപ്പറ്റി പ്രധാനമന്ത്രിയോട് ആക്ഷേപം പറഞ്ഞതിന് കരുണാകരൻ എന്നോട് കുപിതനായി. പിന്നെ മിക്കവാറും തമ്മിൽ സംസാരമേ ഇല്ലാതായി.

അച്യുതമേനോൻ തുടർന്നു:

അടിയന്തരാവസ്ഥക്കാലത്ത് പ്രധാനമന്ത്രിയായിരുന്നല്ലോ സർവാ ധികാരി. അവരുടെ പ്രതിനിധിയായിട്ടാണ് കരുണാകരനെ ഉദ്യോഗ സ്ഥ പ്രമുഖരും നാട്ടുകാരും കണ്ടത്. സ്വാഭാവികമായും മുഖ്യ മന്ത്രിയെന്ന നിലയ്ക്ക് എന്റെ നിലയ്ക്കും വിലയ്ക്കും ഇടിവുതട്ടി. അധികാരങ്ങൾ കുറഞ്ഞു. എന്തിന് ഇങ്ങനെ ഇരിക്കുന്നുവെന്ന് പലപ്പോഴും എനിക്ക് തോന്നിത്തുടങ്ങി. ഈ വിവരം ഞാൻ പാർട്ടി നേതൃത്വത്തെ അറിയിക്കുകയും ചെയ്തിരുന്നു.

എന്റെ ഭരണകാലത്തെ അവസാന നാളുകളിൽ ഞാൻ വളരെ ദു:ഖിതനും അസ്വസ്ഥനുമായിരുന്നു. 1975 ജൂണിലാണ് അടിയ ന്തരാവസ്ഥ വന്നത്. പക്ഷേ, ഒന്നുകൊണ്ടും ഗുണമുണ്ടായില്ല. '75 ഒക്ടോബറിൽ എന്റെ കാലാവധി തീർന്നു. നാം ഉടൻ ഇറങ്ങിപ്പോ കണമെന്നായിരുന്നു എന്റെ അഭിപ്രായം. ഇത് ഞാൻ സംസ്ഥാന കമ്മിറ്റിയോടും ദേശീയകൗൺസിലിനോടും പറഞ്ഞിരുന്നു. അടി യന്തരാവസ്ഥ വന്നതോടെ ഭരണം യഥാർഥത്തിൽ കരുണാകരന്റെ കയ്യിലായി. ഉദ്യോഗസ്ഥന്മാർ അയാൾ പറഞ്ഞതേ കേൾക്കൂ എന്ന നില വന്നു. അതുകൊണ്ട് നാം ഇനി നാണംകെട്ട് അവിടെ ഇരി ക്കണ്ട എന്ന് ഞാൻ സഖാക്കളോട് പലതവണ പറഞ്ഞിട്ടുണ്ട്.

1975 ജൂണിൽ അടിയന്തരാവസ്ഥ പ്രഖ്യാപിച്ചപ്പോൾ നമ്മുടെ പാർട്ടി ദേശീയ നേതൃത്വം അതിനെ സ്വാഗതം ചെയ്തു. അത് ഞാനും സ്വീകരിച്ചു. ന്യായാന്യായങ്ങളൊന്നും അത്ര കാര്യമായി ആലോ ചിച്ചില്ല. അന്ന് സി പി എസ് യു വും വിയത്നാം കമ്യൂണിസ്റ്റു പാർട്ടിയുമൊക്കെ ആ നിലയെ അംഗീകരിച്ചുവെന്നുകൂടി ഓർക്കണം.

ഈ സ്ഥിതിയിൽ അച്യുതമേനോൻ ചെന്നെത്തിയത് അദ്ദേഹ ത്തിന്റെ സ്വയം കൃതാനർഥം മൂലമാണെന്ന് പറയേണ്ടിവന്നതിൽ ഞാൻ ഖേദിക്കുന്നു. 1956 ലെ നാലാം(പാലക്കാട്) കോൺഗ്രസിൽ എന്തിനു വേണ്ടി അദ്ദേഹം വാദിച്ചുവോ, ആ 'കോൺഗ്രസ്-കമ്യൂണിസ്റ്റ് ഐക്യം' ഫലത്തിൽ വന്നതാണ് 1969 തൊട്ട് 1977 വരെ നീണ്ടുനിന്ന അച്യുതമേ നോൻ ഗവൺമെന്റ്, കാലാവധി മുഴുവൻ മാത്രമല്ല അതുകഴിഞ്ഞും ഒന്ന രക്കൊല്ലത്തോളം ഭരണത്തിലിരുന്നു. ആ നിലയ്ക്ക് അനുയായികളും മറ്റ് പൊതുജനങ്ങളും അദ്ദേഹത്തെ വാഴ്ത്താറുണ്ട്.

അവരിലൊരാൾ ഞാൻ ഈ ലേഖന പരമ്പര എഴുതാൻ തുടങ്ങിയ പ്പോൾ എനിക്ക് നേടാൻ കഴിയാത്ത ഖ്യാതിനേടിയ അദ്ദേഹത്തോട് അസൂയയുള്ളതുകൊണ്ടാണ് ഞാനീ സംരംഭത്തിന് മുതിർന്നത് എന്നു പോലും വാദിച്ചു. ഇപ്പോഴിതാ അച്യുതമേനോൻ തന്നെ 'മുഖം മൂടിയി ല്ലാതെ' പുറത്തുവന്നിരിക്കുന്നു. പേരിന് മുഖ്യമന്ത്രിസ്ഥാനത്തിരുന്നു കൊണ്ട് സഹമന്ത്രിമാരാൽ മാത്രമല്ല ഗവൺമെന്റുദ്യോഗസ്ഥന്മാരാൽ പോലും അവഗണിക്കപ്പെടുകയും അപമാനിക്കപ്പെടുകയും ചെയ്തിരു ന്നതിനാൽ അങ്ങേയറ്റം ദു:ഖിതനായാണ് തന്റെ അവസാന നാളുകൾ മേനോൻ കഴിച്ചുകൂട്ടിയത്.

എന്റെ പഴയ സതീർഥ്യനും പിന്നീട് സഖാവുമായിത്തീർന്ന അദ്ദേ ഹത്തിന്റെ രാഷ്ട്രീയജീവിതം ഈ നിലയ്ക്ക് അവസാനിക്കേണ്ടിവന്നു വല്ലോ എന്നതിൽ ഞാൻ ദു:ഖിക്കുന്നു. ഈ ഗതികേട് എന്റെ ബദ്ധശ ത്രുക്കൾക്കുപോലും വരരുതേ എന്ന് ഞാൻ ആത്മാർഥമായി ആഗ്രഹി ക്കുന്നു.

ഇനി ഈ കഥാകഥനം അവസാനിപ്പിക്കാം. മേനോനെയും എന്നെ യും പോലുള്ളവരുടെ വ്യക്തിത്വം തന്നെ ഞങ്ങൾ തുടർന്നുപോരുന്ന രാഷ്ട്രീയത്തിന്റെ സൃഷ്ടിയാണ്. ആദ്യം ഞാനും പിന്നെ മേനോനും ദേശീയ പ്രസ്ഥാനത്തിലെ ഇടതുപക്ഷ വിഭാഗമായി തുടങ്ങി, തൊഴിലാ ളിവർഗ വിപ്ലവപ്പാർട്ടിയിൽ അംഗങ്ങളായി സാമ്രാജ്യാധിപത്യത്തിനും ഫ്യൂ ഡലിസത്തിനുമെതിരെ ദേശീയ ബൂർഷ്വാസിയായ് ചേർന്ന് സ്വതന്ത്ര വിപ്ലവ പ്രസ്ഥാനം കെട്ടിപ്പടുക്കുമ്പോൾത്തന്നെ, തൊഴിലാളിവർഗത്തിന്റെ സ്വതന്ത്ര വ്യക്തിത്വം ഉയർത്തിപ്പിടിക്കുകയെന്ന മാർക്സിസ്റ്റ്–ലെനിനിസ്റ്റ് സിദ്ധാന്തമാണ് ഞങ്ങളിരുവരും ആദ്യം മുറുകെ പിടിച്ചത്.

ഞാനതിൽത്തന്നെ ഉറച്ചുനിന്നു. അതുകൊണ്ട് അനാരോഗ്യം നിമി ത്തം സജീവപ്രവർത്തനം നടത്താൻ വിഷമമമുള്ള ഇന്നും ഞാനീ പ്രസ്ഥാ നത്തിനു വേണ്ടിത്തന്നെ കഴിയുന്നത് ചെയ്തുകൊണ്ട് നിൽക്കുന്നു. മേനോനാകട്ടെ, സ്വതന്ത്രവും വിപ്ലവപരവുമായ ഈ വർഗ നിലപാടിൽ നിന്ന് വ്യതിചലിച്ച് ബൂർഷ്വാ നേതൃത്വത്തെ ആശ്രയിക്കാൻ തുടങ്ങി. അതദ്ദേഹത്തെ ജീവിതാന്ത്യത്തിൽ ആശയപരമായി ഗാന്ധിസത്തി ലേക്കും പ്രായോഗികമായി കരുണാകരനെ ആശ്രയിച്ചു ജീവിക്കേണ്ട ഗതികേടിലേക്കും എത്തിച്ചു. ഇതാണദ്ദേഹത്തിന്റെ ദുരന്തപൂർണമായ ജീവിതകഥ.

www.ingramcontent.com/pod-product-compliance
Lightning Source LLC
LaVergne TN
LVHW092023190726
843493LV00002B/568